தியாகு ஷோபாசக்தி

முரண் அரசியல் உரையாடல்

கொலைநிலம்

கொலைநிலம்

தியாகு ஷோபாசக்தி
முரண் அரசியல் உரையாடல்

வடலி

கொலை நிலம் - கட்டுரைகள்
© ஷோபாசக்தி - தியாகு

இரண்டாம் பதிப்பு: பிப்ரவரி 2022
முதல் பதிப்பு: டிசம்பர் 2009

வெளியீடு

விற்பனை உரிமை (இந்தியா)
கருப்புப் பிரதிகள்
பி55, பப்பு மஸ்தான் தர்கா, லாயிட்ஸ் சாலை,
சென்னை 600005
பேச: 94442 72500

முகப்பு வடிவமைப்பு: விஜயன்
உள் வடிவமைப்பு: ஜீவமணி
அச்சாக்கம்: ஜோதி எண்டர்பிரைசஸ், சென்னை-600 005

விலை ரூ. 100.00

ISBN: 978-1-77793-750-8
Kolai Nilam - Essays © Shobasakthi - Thiyagu

Second Edition: February 2022
First Edition: December 2009

Published by:

35, Long Meadow Rd,
Brampton, ON
L6P2B1
Canada
Ph: +1 647-896--3036
Email: sales.vadaly@gmail.com
www.vadaly.com

Cover Design: Vijayan
Layout: Jeevamani
Printed by: Jothy Enterprises, Chennai 600 005.

Price: Rs. **100.00**

துவக்குகளுக்கு அஞ்சி
கருத்துகளை சொல்லமுடியாது
மரணித்தவர்களுக்கும்
மௌனித்தவர்களுக்கும்

இலங்கைத் தீவில் ஒரு சிறிய இனத்தின் உரிமைச் சமரை உலகப் பேரினவாதங்கள் துவக்குகளின் முனையில் ஒடுக்கியிருக்கின்றன. ராஜபக்ஷே சிங்களத்தின் நவீன துட்டகை முனுவாக உருவெடுத்திருக்கிறார். தீவின், தமிழ் பேசும் மக்களிற்கான அரசியல் பேரம் பேசும் சக்தி வெற்றிடமாக இருக்கும் நிலையில் எதிர்காலம் என்பது மிகுந்த கவலை அளிப்பதாய் உள்ளது.

புலிகளின் வீழ்ச்சிக்குப் பிறகான இக்காலகட்டத்தில் பிரபாகரன், ராஜக்பக்ஷே என்ற இரண்டே சதுரங்களுக்குள் எல்லாமும் அடக்கப்படுகின்றன. அல்லது அந்தக் கட்டங்களுக்கு வெளியே வருவதை தமிழ் மாயை மனம் விரும்பவில்லை. முதலில் இதிலிருந்து நாம் விடுதலை அடைய வேண்டும். நடந்து முடிந்தப் போரில் தமிழ் வீரம் தோற்றிருக்கிறது. இவற்றை ஒப்புக்கொள்ளாமல் வெறுமனே மீட்பர் வருவார் என்பது மாதிரியான நம்பிக்கையூட்டும் பிரச்சாரகர்களின் பின்னால் போவது எவ்வகையிலும் எதிர்கால அரசியலுக்கு நன்மை சேர்க்காது. எனவே ஈழ மக்களின் எதிர்கால நலன்கள் மீது அக்கறை கொண்டிருக்கும் நாம் இனிமேலான ஈழத்தமிழ் அரசியலின் சிந்தனைப்போக்கை பேசியாக வேண்டியிருக்கிறது. அப்படிப் பேசுவது என்பது விருப்பு, வெறுப்புகளுக்கு அப்பாற்பட்டதாய், உண்மைகளையும் யதார்த்தங்களையும் உள்ளடக்கமாய் கொண்டதாக இருக்க வேண்டும். அதற்கு முதலில், நம்மிடமிருக்கும் முத்திரை குத்தும் இயந்திரங்களைத் தூக்கி எறிந்துவிட்டு. புதிய அரசியல் கலாச்சாரத்தை நோக்கி முன்செல்ல வேண்டியவர்களாயிருக்கிறோம்.

எப்போதும் போர்க்கள எல்லைகளில் இருக்கும் சூன்யப் பிரதேசம் போல ஒரு மௌனமான அதேநேரம் மிகவும் அழுத்தம் நிறைந்ததுமான ஒரு சூன்யவெளி ஈழத்தமிழ் அரசியல் சூழலில் உண்டு. அதை எதிர் கருத்தியலாளர்களோடு கைகுலுக்கி உரையாடுவதன்

மூலமே கடக்க முடியும். அதன் மூலம் மட்டுமே இன்றைய ஈழத் தமிழர்களின் எதிர்கால அரசியலை நம்பிக்கையுடன் முன்னெடுத்து செல்ல முடியும். இதன் பொருட்டு தமிழர் நலனில் அக்கறைக் கொண்டுள்ள சமசரசமற்ற சக்திகளுடன் நாம் மனம் திறந்த உரையாடலை நிகழ்த்த வேண்டும். அதன் ஒரு பகுதியாகவே, ஈழத் தமிழ் சமூகத்தின் உளவியல் சமநிலை குலைந்துகிடக்கும் இச்சூழலில் இந்தச் சூன்ய வெளியைக் கடக்குமொரு முதல் காலடியாக வடலி இந்த உரையாடலை ஒழுங்கு செய்தது.

தமிழகத்தின் தமிழ் அரசியலில் சமரசமற்ற சக்தியாக செயல்படுபவரும், ஈழத் தமிழ் மக்களின் உரிமைப் போராட்டத்தில் காலம்தோறும் கவனம் கொண்டுள்ளவருமான தோழர் தியாகுவையும், விடுதலைப் புலிகள் அமைப்பின் முன்னால் உறுப்பினரும் புலிகளின் அரசியல் மீது கடுமையான விமர்சனங்களை நீண்டகாலமாக முன்வைத்துக் கொண்டிருப்பவருமான தோழர் ஷோபா சக்தியையும் இவ்வுரையாடலுக்காக சந்திக்க வைத்தோம். இந்த உரையாடலானது எந்த முடிந்த முடிவுகளையும் முன்வைக்கவில்லை. மாறாக துண்டு, துண்டாய் சிதறிக் கிடந்த முரண் அரசியல்களை ஒரே மேடையில் அமர்ந்து சகோதரத்துவத்துடன் பேச முடியும் என்பதற்கான தொடக்கமாக இதைக் கொள்ளலாம். இதற்கான வாசலே இதுவரை இழுத்து சாத்தப்பட்டிருந்தது என்பதைக் கவனத்தில் கொண்டே நாம் இதைப் பார்க்க வேண்டும்.

இந்நூல் கடந்த ஆகஸ்ட் மாதம் சென்னையில் நேரடியாகப் பதிவு செய்யப்பட்டும், பின்னர் உரையாடலாளர்களால் தத்தமது கூடுதல் குறிப்புக்கள் எழுதிச் சேர்க்கப்பட்டும் தொகுக்கப்பட்டிருக்கிறது. தமது நேரத்தை செலவிட்டு இந்த உரையாடலை நிகழ்த்திய ஷோபா சக்தி, தியாகு இருவருக்கும் வடலியின் நன்றிகள். மற்றும் இந்நூலுருவாக்க பணிகளுக்கு எமக்கு ஒத்தழைப்பும் ஆலோசனைகளும் வழங்கிய பத்திரிக்கையாளர் பாரதி தம்பி, கவிஞர் சுகுணா திவாகர் ஆகியோருக்கும் எமது நன்றிகள். இந்நூல் தொடர்ந்தும் இப்படியான உரையாடல் வெளியைத் திறக்குமாயின் மகிழ்ச்சி. தொடர்ந்து உரையாடுவோம்!

வடலி

வடலி:

உலகத்தின் கண்கள் பார்த்திருக்க ஒரு மிகப்பெரும் பேரழிவைச் சந்தித்திருக்கிறோம். கால் நூற்றாண்டுக்கும் மேலாக ஈழத் தமிழ் மக்களின் அக, புற நிலைகளில் செல்வாக்கு செலுத்துபவர்களாக இருந்த விடுதலைப் புலிகள் இயக்கம் மிக மோசமான வீழ்ச்சியைக் கண்டிருக்கிறது. இந்த நிலையில் புலிகளுக்குப் பிறகான தமிழ் மக்களின் தலைமை யார், அரசியல் என்ன, இனிமேலான போராட்டங்கள் எவ்வகைப்பட்டதாக இருக்கும்; இருக்க வேண்டும் என்பதை மையமாக வைத்து நாம் இந்த உரையாடலைத் தொடங்கலாம்.

தியாகு:

புலிகளுக்குப் பின்னால் எனத் தொடங்கும் போது புலிகளுக்குப் பின்னரான காலம் தொடங்கிவிட்டது என்று பொருள் வருகிறது. புலிகள் என்று சொல்வதை பிரபாகரன் தலைமையிலான ஒரு போராளி இயக்கம் என்றோ அல்லது நிலைபாடுகளின் அடையாளம் என்றோ நாம் பார்க்கலாம். 'புலிகளின் தாகம் தமிழீழத் தாயகம்' என்ற முழக்கத்தின் மூலமாகப் புலிகளின் நிலைபாடு வெளிப் படுகிறது. அந்தத் தமிழீழத் தாயக மீட்பு என்பதற்கான தேவை இருக்கும் வரை, அதற்கான போராட்டங்கள் தொடரும் வரை புலிகளுக்குப் பின்னரான காலம் என்று ஒன்று வரப்போவதில்லை. பிரபாகரன் இருக்கிறார், இல்லை, தளபதிகள் அழிந்து விட்டார்கள் என்பதெல்லாம் இந்தப் போராட்டத்தை முடித்து வைக்காது. இது தொடர்ந்து புலிகளின் காலம்தான். இப்போது ஏற்பட்டிருக்கிற பேரழிவுக்குப் பிறகான காலம் என்னவாக அமையப்போகிறது என்பதுதான் நமக்கு முன்னுள்ள கேள்வி. முன்பைவிட இப்போது புற நிலைமைகளிலும், அக நிலைமைகளிலும் மிகப்பெரிய மாற்றம்

ஏற்பட்டிருக்கிறது என்பது உண்மைதான். இந்த மாற்றம் தமிழீழத் தாயக மீட்பு என்ற வரலாற்றுத் தேவையை மறுதலிக்கக் கூடிய மாற்றமா, அல்லது அந்தத் தேவையை உறுதி செய்யக் கூடிய மாற்றமா என்று நாம் முதலில் பார்க்க வேண்டும். புலிகளின் கருத்து, புலிகளை எதிர்ப்பவர்களின் கருத்து... இதில் இருந்தெல்லாம் விலகி நின்றுதான் இதைப் பார்க்க வேண்டும்.

தமிழீழ விடுதலை என்பது புலிகளின் கண்டுபிடிப்பு அல்ல. அது அவர்களுக்கு முன்பிருந்தே இருந்து வரும் ஒரு கோரிக்கை. தமிழீழத் தமிழ்த் தேசியம் என்ற கருத்தியலும் அதற்கு முன்பே உருப்பெற்று வளர்ந்து வந்த ஒன்றுதான். இடையில் அவர்களின் கைகளுக்கு அது முழுமையாகப் போய்விட்டது. அதற்கு அவர்களும் காரணம், மற்றவர்களும் காரணம். எனவே பேரினவாத இன ஒடுக்குமுறைக்கு எதிராகவும், அதன் முற்றிய வடிவமாகிய அரசப் பயங்கரவாதத்துக்கு எதிராகவும் உருவாகி வளர்ந்த தமிழீழத் தேசியம் என்ற கருத்தியல் மற்றும் இயக்கப் போக்கின் தேவை மே 18-க்குப் பிறகு குறைந்திருக்கிறதா, அதிகரித்திருக்கிறதா என்று பார்த்தால் அதிகரித்திருக் கிறது என்பதே உண்மை. ஓர் உரிமை பெற்ற வாழ்வுக்காக தமிழீழத் தனியரசு வேண்டும் என்ற நிலையில் இருந்து, உயிர் வாழ்வதற்கே ஒரு தனியரசு தேவை என்ற கட்டத்துக்கு அது வந்திருக்கிறது. எனவே தமிழீழ விடுதலை, தமிழீழத் தேசியம், தமிழீழத் தனியரசு என்பதற்கான தேவை புலிகள் இருந்தாலும், இல்லாவிட்டாலும் புறநிலையில் மறையவோ குறையவோ இல்லை, பன்மடங்கு அதிகரித்துள்ளது என்பதே உண்மை. அதற்கு என்ன வாய்ப்புகள் இருக்கின்றன, யார் என்ன செய்துவிட முடியும் என்பது பிறகு பேச வேண்டியது. அந்தத் தேவை இன்னும் அப்படியே இருக்கிறது என்பதுதான் என் முதல் கருத்து.

ஷோபாசக்தி:
காலங்காலமாகச் சிங்களப் பேரினவாத அரசுகளால் ஒடுக்கப்பட்டு வரும் தீவின் சிறுபான்மையினர்களான தமிழர்கள், இஸ்லாமியர்கள், மலையகத் தமிழர்கள் ஆகியோருடைய உரிமைகளைப் பாதுகாப்ப தற்குத் தமிழீழத் தனியரசுதான் முடிந்த முடிவா அல்லது அய்க்கிய இலங்கைக்குள்தான் சாத்தியங்களைக் கண்டுபிடிப்பதா, அதிகாரத்தை அனைத்து இனங்களும் நீதியான முறையில் பகிர்ந்துகொண்டு இணக்கப்பாட்டுக்கு வருவதா என்பதெல்லாம் வெறும் வெற்று

முழக்கங்களின் அடிப்படையில் தீர்மானிக்கக் கூடியவையல்ல. நமது மக்களின் உயிர்களின் பெறுமதி, யுத்த நிராகரிப்பு, நமக்குள்ளேயே சனநாயக விழுமியங்களைப் பாதுகாப்பதற்கான முறைகள் மாறி வரும் சர்வதேச அரசியற் சூழல், இலங்கை அரசியலின் இயங்குதிசையை தீர்மானித்துவரும் பொருளியல் காரணிகள், பண்பாட்டுக் காரணிகள் இவற்றையெல்லாம் மிகத் துல்லியமாகக் கவனத்திற்கொண்டுதான் நாம் ஈழத்திற்கான எதிர்கால அரசியலைக் கண்டறியலாமே தவிர, ஏற்கனவே இருக்கும் கற்பிதங்களின் அடிப்படையிலும் பிரமைகளின் அடிப்படையிலும் முழக்கங்களின் அடிப்படையிலும் பேசுவது நியாயமற்றது.

தமிழீழம் என்ற கருத்தாக்கத்திற்கு ஒற்றையான பொருள் கிடையாது. அந்தக் கருத்தாக்கம் பல்வேறு நோக்கங்களிற்காகப் பல்வேறு அரசியல் தரப்புகளாலும் முன்னெடுக்கப்பட்டது. எஸ்.ஜே.வி. செல்வநாயகத்தின் கட்சிக்கு ஆங்கிலத்தில் பெடரல் பார்ட்டி என்று பெயர். தமிழில் அதற்குத் தமிழரசுக் கட்சியென்று பெயர். இவ்வளவு மோசமான மொழிபெயர்ப்பை நீங்கள் எங்காவது அறிந்ததுண்டா? இவருக்கு முன்னமே ஐம்பதிற்கு ஐம்பது கோரிக்கையைக் கிளப்பிய தமிழ் காங்கிரஸ் தலைவர் ஜீ.ஜீ.பொன்னம்பலம் கூவிய குரல் தேய முன்னரே இலங்கை அரசில் அமைச்சர் பதவியைப் பெற்றுக்கொண்டு கோரிக்கையைக் கைவிட்டார். மலையகத் தமிழர்களின் குடியுரிமையை அரசு பறித்தபோது அதற்கு ஆதரவாகவும் நின்றார். அறுபதுகளில் தமிழரசுக் கட்சியும் இனவாத அரசாங்கத்தில் அமைச்சர் பதவிகளைப் பெற்றுக்கொண்டது. இவர்களுக்கு வவுனியாவிற்குத் தெற்கே தமது வர்க்க நலன்களையும், தமது சொந்தத் தொழிலையும், கொழும்பில் குவிந்திருந்த அவர்களது செல்வத்தையும் பாதுகாக்க ஒரு அரசியலும், வவுனியாவிற்கு வடக்கிலும் கிழக்கிலும் தமிழர்களிடம் வாக்குகளைப் பெற்றுக் கொள்வதற்காக தமிழ்த் தேசிய அரசியலும் தேவைப்பட்டன.

யாழ் மையவாத, கம்யூனிச எதிர்ப்பையும் சாதிவெறியையும் தமது இரத்தத்திலேயே கொண்ட இந்தக் கட்சிகள் இரண்டும் இணைந்து தான் 1976ல் வட்டுக்கோட்டை மாநாட்டில் தமிழீழம் அமைப்பதற் கான தீர்மானத்தை நிறைவேற்றினார்கள். இவர்களோடு அய்க்கிய முன்னணியில் இணைந்திருந்த இலங்கைத் தொழிலாளர் காங்கிரஸ் தலைவரான தொண்டைமான் தமிழீழத் தீர்மானம் நிறைவேற்றப்

பட்டதும் ஓடியே போனார். தமிழர் விடுதலைக் கூட்டணியினர் தமது வாழ்வில் முன்னதாகவோ பின்னதாகவோ மக்களிற்குத் துளி நன்மையேனும் செய்யாத மக்களைச் சுரண்டிக்கொழுத்த கட்சியினர். தமிழ் முதலாளிகளாலும் ஆதிக்க சாதியினர்களாலும் ஊட்டி வளர்க்கப்பட்ட கட்சியினர். இவர்களுக்கு மாற்றாக வடபுலத்தில் கம்யூனிஸ்ட் கட்சி மட்டுமே ஓரளவு செல்வாக்கோடு அப்போது திகழ்ந்தது. கம்யூனிஸ்ட் கட்சிக்கு அப்போது 'பள்ளன் பறையன் கட்சி' என்று யாழ் ஆதிக்கசாதியினரால் பெயர் சூட்டப்பட்டிருந்தது. தேசியவாத முழக்கங்களின் மூலம் அடுத்த வருடம் நடக்கவிருந்த தேர்தலில் மக்களிடமிருந்து வாக்குகளைத் திருடிக்கொள்வதே தமிழர் விடுதலைக் கூட்டணியினரின் நோக்கமாயிருந்தது. அன்றைய நாளில்தான் இந்தக் கள்வர்களின் இணைப்புக்கு தமிழர் விடுதலைக் கூட்டணி என்று புதிய பெயரும் சூட்டப்பட்டது. அந்தத் தனியரசுத் தீர்மானம் தேர்தல் அரசியலிற்காக தங்களால் நடத்தப்பட்ட ஒரு நாடகம்தான் என்பதை முப்பது வருடங்கள் கழித்து சுருட்கார்ட் நகர இலக்கியச் சந்திப்பொன்றில் தமிழர் விடுதலைக் கூட்டணியின் இன்றைய தலைவர் வீ.ஆனந்தசங்கரி வாய்கொள்ளாச் சிரிப்புடன் ஒப்புக்கொண்டதை நான் நேரிலேயே கேட்டேன். இந்தக் காலகட்டத்தில் தமிழீழ விடுதலைப் புலிகள் வெறும் பத்துபேர்களை உள்ளடக்கிய ஒரு இரகசியக் குழுவாகவும் மக்களிடையே எந்தவொரு அரசியல் வேலையைத் தன்னும் செய்யாதவர்களாகவும் தமிழர் விடுதலைக் கூட்டணியினரின் அரசியல் எதிரிகளைக் கொல்பவர்களாகவும் மட்டுமே இருந்தார்கள் என்பதையும், அவர்களிற்கு பல வழிகளிலும் உதவி செய்பவர்களாகத் தமிழர் விடுதலைக் கூட்டணித் தலைவர்கள் இருந்தார்கள் என்பதையும் இப்போதைக்குக் குறித்து வைத்துக்கொள்ளுங்கள்.

அந்தத் தேர்தலில் மக்கள் மொத்தமாகத் திரண்டெழுந்து தமிழர் விடுதலை கூட்டணியினரை வெற்றிபெற வைத்தார்கள் என்றும் அந்த வெற்றி தமிழீழக் கோரிக்கைக்கு கிடைத்த அங்கீகாரம் என்றும் சொல்லப்படும் அரசியல் ஆய்வுகள் யோக்கியமற்றவை. அந்தத் தேர்தலில் வடக்கில் கூட்டணியினருக்கு 41 விழுக்காடு வாக்குகளும் கிழக்கில் வெறும் 26 விழுக்காடு வாக்குகளுமே கிடைக்கப்பெற்றன. மொத்தமாகப் பார்த்தால் அந்தத் தேர்தலில் இவர்களின் உத்தேசத் தமிழீழப் பகுதியில் 35 விழுக்காடுக்கும் குறைவான வாக்குகளையே கூட்டணியினர் பெற்றனர். இன்று விடுதலை பெற்றிருக்கும் கிழக்குத்

தீமோர் தனிநாடாவதற்காக 1999ல் நடத்தப்பட்ட தேர்தலில் தனிநாட்டுக் கோரிக்கைக்கு ஆதரவாக 79 விழுக்காடு வாக்குகள் கிடைத்ததையும் ஒரு தகவலாகச் சொல்லிக்கொள்கிறேன். கிழக்கில் 4 தொகுதிகளில் மட்டுமே தமிழர் விடுதலைக் கூட்ணியினர் வெற்றி பெற்றனர். தேர்தல் முடிந்த இரண்டு மாதங்களிற்குள்ளாகவே அவர்களில் இருவர் - செ.இராசதுரையும், கனகரத்தினமும் - ஜே.ஆர். ஜெயவர்தனாவின் அய்க்கிய தேசியக் கட்சிக்குத் தாவிவிட்டனர். அந்தத் தேர்தலில் மொத்தமாக 29.7 விழுக்காடு வாக்குகளைப் பெற்றிருந்த சிறிலங்கா சுதந்திரக் கட்சிக்கு எட்டு ஆசனங்கள் கிடைக்க, வெறும் 6.4 விழுக்காடு வாக்குகளை மட்டுமே பெற்றத் தமிழர் விடுதலைக் கூட்டணியினர் 18 ஆசனங்களோடு நாடாளு மன்றத்தில் முதன்மை எதிர்கட்சியானது தேர்தல்முறை அமைப்பின் பலவீனத்தாலேயே தவிர கூட்டணியினரின் பலத்தால் அல்ல. இன்று வட்டுக்கோட்டைத் தீர்மானம் என்று அய்ரோப்பாவில் புலிகளால் நாட்டுக்கு நாடு காவித் திரியப்படும் தீர்மானத்தின் யோக்கியதை இதுதான்.

தமிழர்கள் சிங்களப்பேரினவாத அரசால் ஒடுக்கப்பட்டார்கள். அவர்களின் அரசியல் உரிமைகள் மறுக்கப்பட்டன. 1972 உருவாக்கப்பட்ட அரசியல் சாசனத்தில் மதச்சார்பின்மை தூக்கியெறியப்பட்டு இலங்கை பவுத்த நாடாகப் பிரகடனப் படுத்தப்பட்டது. தமிழர்கள் மட்டுமல்ல இலங்கையின் அனைத்துச் சிறுபான்மையினர்களும் தமது உரிமைகளுக்காகப் போராட நிர்ப்பந்திக்கப்பட்டார்கள். ஆனால் வட்டுக்கோட்டைத் தீர்மானத் திற்குப் பின்னால் இருந்தது விடுதலைக்கான அரசியல் கிடையாது. அதற்குப் பின்னால் இருந்தது வாக்குப் பொறுக்கி அரசியல் மட்டும்தான். இதைப் புரிந்துகொண்ட இளைஞர்களால் பிறிதொரு தமிழீழக் கோரிக்கை முன்னெடுக்கப்பட்டபோது அதற்கு இன்னொரு வகையான அரசியல் உள்ளடக்கம் இருந்தது.

1970களின் ஆரம்பத்தில் தமிழ் இளைஞர் பேரவையில் அரசியலைத் தொடக்கிய இளைஞர்களால் முன்னெடுக்கப்பட்ட இந்தத் தமிழீழக் கோரிக்கை சோசலிசத் தமிழீழம் என்றது. வர்க்க ஒடுக்குமுறையற்ற, சாதி மதமற்ற தமிழ் ஈழமே எங்கள் இலக்கென்று சொன்னது. இந்தக் கோரிக்கை உள்ளடக்கத்தில் பல போதாமைகளையும் குழப்பங் களையும் கொண்டிருந்தபோதும் வட்டுக்கோட்டைத் தீர்மானத்தில்

முழங்கப்பட்ட தில்லாலங்கடித் தமிழீழத்திலிருந்து வேறுபட்டி ருந்தது. இந்த இளைஞர்கள் வைத்த சோசலிச முழக்கங்கள்தான் பெருமளவிலான இளைஞர்களையும் மாணவர்களையும் அதுவரை தேசியக் கம்யூனிஸ்ட் கட்சிகளில் இயங்கிக்கொண்டிருந்த பெருமளவிலான இளைஞர்களையும் தமிழீழப் போராட்டத்தை நோக்கி இழுத்து வந்தன. அந்தக் காலகட்டத்தில் உலகின் பலபகுதிகளிலும் பல்வேறு தேசிய விடுதலை இயக்கங்கள் சோசலிசத்தை முன்வைத்துப் போராடிக்கொண்டிருந்ததையும் இதற்குச் சில வருடங்களுக்கு முன்புதான் சோசலிசத்தை முழங்கியபடியே இலங்கையில் ஜே.வி.பி.யினர் நடத்திய பெருங் கிளர்ச்சியையும் இத்துடன் இணைத்து நோக்கவேண்டும். வட்டுக்கோட்டையில் தமிழீழப் பிரகடனத்தை முழங்கிய அப்பட்டமான முதலாளியக் கட்சியான கூட்டணியினர் கூட சோசலிசத் தமிழீழம் என்றுதான் சொன்னார்கள். அன்றைய அரசியல் சூழல் அவ்வாறிருந்தது.

பிரபாகரனுக்கும் தமிழீழ விடுதலைப் புலிகளுக்கும் சோழப் பேரரசும் புலிக்கொடியும்தான் கனவாயிருந்தபோதிலும் அவர்களும் இந்த சோசலிச முழக்கங்களை வாயளவிலாவது உச்சரிக்க வேண்டியநிலை. லண்டனிலிருந்து அன்ரன் பாலசிங்கம் வந்து அந்த உச்சாடனங்களை எழுதிக்கொடுக்க பிரபாகரனும் அதை ஒரு உத்திக்காக உச்சரிக்க வேண்டியிருந்தது. சோசலிசத் தமிழீத்தை நோக்கி என்றொரு நூலையும் வெளியிட்டார்கள். தாங்கள் சோசலிசக் கருத்தாக்கங்களை ஒரு உத்தியாகவே உச்சரித்தோம் என்பதை பின்னாளில் அடேல் பாலசிங்கமும் தனது ‘சுதந்திர வேட்கை’ நூலில் ஒப்புக்கொண்டிருக்கிறார். ஆனால் இந்த உச்சரிப்புகளும் முழக்கங்களும் ஆயிரக்கணக்கான இளைஞர்களை தங்களிடம் ஈர்க்கும் ஆற்றலைப் பெற்றிருந்தன. இங்கே தமிழகத்தில் நல்ல ஏற்ற இறக்கத்துடன் ஆனால் பொருளேயில்லாமல் பேசும் சீமானின் சொற்களே நூற்றுக்கணக்கான இளைஞர்களை அவர் வசப்படுத்தும் போது, தேசியவாதச் சோசலிசச் சொல்லாடல்கள் ஆயிரக்கணக்கான இளைஞர்களை ஈர்த்ததில் அதிசயம் ஏதுமில்லை.

ஒரு கருத்தாக்கத்தை முன்னெடுத்துச் செல்பவர்களின் அரசியற் பண்புகளுக்கேற்ப இடையறாது அந்தக் கருத்தாக்கமும் பண்பு மாற்றங்களைச் சந்திக்கும். இந்திய அரசு நமது இயக்கங்கங்களை

அரவணைத்துப் பயிற்சியும் பணமும் கொடுக்கத் தொடங்குவதுடன் தமிழீழக் கருத்தாக்கத்திற்கு இன்னொரு விரும்பத்தகாத பரிமாணம் கிடைக்கிறது. இந்திய அரசின் ஆதரவால் நமது இயக்கங்கள் ஆள்பலத்தையும் ஆயுதபலத்தையும் பெருக்கிக்கொண்டிருந்த அதே தருணத்தில் நமது இயக்கங்கள் அதிகார மையங்களாகவும் மாறத் தொடங்கின. தமிழீழக் கருத்தாக்கம் இப்போது ரா அதிகாரிகளின் மேசையில் கிடந்தது. ஈரோஸ், ஈ.பி.ஆர்.எல்.எவ், புளொட் போன்ற இயக்கங்கள் அதுவரை தாம் வரிந்திருந்ததாகச் சொல்லியிருந்த இடதுசாரிச் சித்தாந்தங்களைப் பகிரங்கமாகவே கைவிட்டன. விடுதலைப் புலிகளிற்கு அப்படி இழப்பதெற்கெல்லாம் எதுவுமிருக்கவில்லை. ஆனால் அவர்களுக்கு அடைவதற்குச் சோழப் பேரரசு குறித்த கனவிருந்தது. எல்லா இயக்கங்களுமே அப்பட்ட மான வலதுசாரி அரசியலைக் கண்டடைந்தன. அந்த அரசியலுக்கு ஏற்ப ஒவ்வொரு தமிழீழப் போராட்டக் குழுவின் தலைவரும் முற்போக்கு அரசியலைத் துறந்து வெறும் குட்டிக் குட்டி யுத்த பிரபுக்களாகக் குறுகிப்போனார்கள். இயக்கங்களுக்குள் சனநாயக மறுப்பும் உட்படுகொலைகளும் சகோதரப் படுகொலைகளும் தலைவிரித்தாடின. *1983* யூலைப் படுகொலைகளைத் தொடர்ந்து விடுதலை இயக்கங்களுக்கு ஆதரவாகவும் தமிழீழக் கோரிக்கைக்கு ஆதரவாகவும் திரண்டிருந்த மக்கள் மீதே இயக்கங்கள் அதிகாரத்தைச் செலுத்தத் தொடங்கினார்கள். இந்த அராஜகச் செயல்களை எதிர்த்த போராளிகள் இயக்கங்களிலிருந்து வெளியேறி சனநாயக வழிப்பட்ட புதிய தமிழீழப் போராட்டக் குழுக்களை அமைப்பதற்காகப் போராடிக்கொண்டிருந்தார்கள். அதே வேளையில் நூற்றுக்கணக்கான போராளிகள் இந்த அராஜகத் தலைமைகளிற்கு எதிராக உள்ளிருந்து போராடி மடிந்தார்கள். ஈழப் போராட்டத்தைப் பொறுத்தவரை மாற்றுக் கருத்து என்ற சொல்லுக்கு தனித்துவமான பொருளும் அளப்பரிய முக்கியத்துவமுண்டு. அந்தப் பாரம்பரியம் இரத்தம் சிந்தி வளர்க்கப்பட்டது. அந்த மாற்றுக் கருத்துப் பாரம்பரியத்தை இந்தக் கொல்லப்பட்ட போராளிகள்தான் தொடக்கி வைத்தார்கள்.

*1986*ல் புலிகள் மற்றைய இயக்கங்களைக் கொன்றொழித்துத் தடைசெய்ததுடன் தமிழீழக் கோரிக்கைக்குப் பாசிசப் பரிமாணத்தைக் கொண்டுவந்து சேர்த்தார்கள். அதற்குப் பின்பு முள்ளிவாய்க்காலில் அவர்களுக்கு முடிவு எழுதப்படும்வரை தமிழீழக் கோரிக்கையை உச்சரித்தபடியே அவர்கள் போட்ட பாசிச ஆட்டத்திற்குக்

கணக்கில்லை. அதாவது உண்மையிலேயே கணக்கில்லை. உரிமை கோரப்படாத கொலைகளும் இரகசியக் கொலைகளும் ஆயிரக்கணக்கில் புலிகளால் நிகழ்த்தப்பட்டன. தமிழீழம் என்ற முழக்கமானது பாசிசப் புலித் தலைமைகளைப் பாதுகாக்கும் மண்மூட்டைகளாக அடுக்கப்பட்டன. நாங்கள் வட்டுக்கோட்டைத் தீர்மானத்தின் தொடர்ச்சியாகவோ புலிகளின் அரசியலின் நீட்சியாகவோ வருங்காலங்களில் அரசியலை முன்னெடுப்பது என்பது நமது மக்களுக்கு இழைக்கும் துரோகமே. புலம்பெயர் நாடுகளிலுள்ள தமிழர்களுடைய விருப்புகளிற்காகவோ தமிழகத்துத் தமிழ்த் தேசியர்களின் விருப்புகளிற்காகவோ ஈழமக்கள் தங்கள் அரசியல் விருப்புறுதிகளைத் தகவமைத்துக்கொள்ள முடியாது. இன்னொரு யுத்தத்தைச் சந்திக்க ஈழத் தமிழர்கள் தயாராயில்லை. இயக்கங்களின் ஆயுத வன்முறை அரசியலால் கடந்த முப்பது வருடங்களாகத் ஈழத் தமிழர்கள் சிறு துரும்பளவு நலனைக்கூடப் பெற்றதில்லை. ஒரு தேசிய இனத்தின் விடுதலை என்பது ஒரு இயக்கத்தின் அதிகாரத்தை நிலைநாட்டுவதல்ல... மாறாகப் பரந்துபட்ட மக்களின் நலனை அது இலக்காகக் கொண்டிருக்க வேண்டும்.

தமிழீழக் கருத்தாக்கம் என்கிறீர்களே, இன்றைய நிலையில் அதன் அரசியல் பண்புகள் என்ன? அந்தப் பண்புகள் எந்தவகையில் இப்போது நம் மக்களின் நலன்களுடன் தொடர்புடையது? இன்னொரு யுத்தமா நம் மக்களுக்கு வேண்டியது? நாடு கடந்த தமிழீழ அரசு என்று சொல்கிறார்களே, அந்தக் கருமத்தின் அரசியல் உள்ளடக்கம் என்ன என்று கேட்டால் அய்ரோப்பாவினதும் வட அமெரிக்காவினதும் அங்கீகாரத்தைப் பெறுவதுதான் என்கிறார்கள். இந்திய அரசு நமது நண்பன் என்கிறார்கள். முற்றுமுழுதான வலதுசாரிக் கதையாடல்களால் பின்னப்பட்டதுதான் இந்த நாடு கடந்த அரசு என்ற கூச்சல்.

தியாகு:

முதலில் ஒரு செய்தியைத் தெளிவுப்படுத்த விரும்புகிறேன். ‘சோசலிசத் தமிழீழம் நோக்கி’ என்று வெளியிடப்பட்ட வேலைத் திட்டம், சோசலிசம், பொதுவுடைமை பற்றிய கனவுகள் இவை எல்லாவற்றையுமே வேறு மாதிரியும் பார்க்க வேண்டும். ஒரு சமூகம் சோசலிசத்துக்குப் போவதா, பொதுவுடைமைக்குப் போவதா

அல்லது சோசலிசத்துக்கு முன்பாக ஒரு வகையான ஜனநாயக அடிப்படையிலான முதலாளித்துவ சிந்தனைக்குப் போவதா என்பது அறிவிப்புகளைப் பொறுத்ததோ, விருப்பங்களைப் பொறுத்ததோ அல்ல. அது ஒரு சமூகத்தின் வளர்ச்சி நிலை தொடர்பானது. தமிழகத்தையோ, இந்தியாவையோ எடுத்துக்கொண்டால் இந்திய கம்யூனிஸ்ட் கட்சி, மார்க்சிஸ்ட் கம்யூனிஸ்ட் கட்சி, மாவோயிஸ்டு கட்சிகள் இவர்கள் யாருமே சோசலிச இந்தியா என்ற வேலைத் திட்டத்துடன் போராடிக்கொண்டிருக்கவில்லை. மார்க்சிஸ்ட்டுகள் மக்கள் ஜனநாயகம் என்கிறார்கள், இந்திய கம்யூனிஸ்ட்டுகள் தேசிய ஜனநாயகம் என்கிறார்கள், மாவோயிஸ்ட்டுகள் புதிய ஜனநாயகம் என்கிறார்கள், இவ்வளவுதான். சோசலிசம் என்பது அடுத்து வர வேண்டிய கட்டம். அதன் இறுதி இலக்கு பொதுவுடைமை என்ற அளவில்தான் வைத்திருக்கிறார்கள். இந்தியச் சமூகத்தின் வளர்ச்சி நிலை என்பது சோசலிசத்துக்குப் போகிற கட்டம் அல்ல. ஏனென்றால் இது முழுமையான முதலாளித்துவச் சமூகம் அல்ல. இதுதான் சீனாவில் மாவோ, அவருடைய 'புதிய ஜனநாயகம்' என்ற கட்டுரையில் தெளிவுப்படுத்திய செய்தி. சீனாவில் நாம் ஜனநாயகத்துக்காகப் போராடுகிறோமே தவிர சோசலிசத்துக்காக அல்ல. தனிவுடைமை ஒழிப்புக்காக அல்ல. பிரபுத்துவத்தை ஒழிக்கப்பார்க்கும் அதே சமயம் சிறு தனியுடைமை என்பது நீடிக்க வேண்டும். அப்படி 'நீடிக்க வேண்டும்' என்று சொல்வது கட்சியினுடைய விருப்பமோ, தலைமையின் விருப்பமோ இல்லை. சமூகத்தின் வளர்ச்சி அவ்வளவுதான். அப்படி ஒரு கட்டத்தில் இருக்கும் சமூகத்தில் சோசலிசப் புரட்சி நடத்த முடியாது. இரண்டுக்குமான அணிவகுப்புகள் வேறு. ஜனநாயக் புரட்சிக்கான அணிவகுப்புகள் வேறு, சோசலிசப் புரட்சிக்கான அணிவகுப்புகள் வேறு. 1917-ல் நடந்த ருஷ்யப் புரட்சியில் முதல் புரட்சிக்கான அணிவகுப்பு வேறு, இரண்டாவது புரட்சிக்கான அணிவகுப்பு வேறு. எனவே சோசலிசம் என்பது அறிவிப்புகளைக் கொண்டு மட்டும் சாதிக்கிற ஒன்று அல்ல.

பொதுவாக ஓர் இயக்கம் போராட்டத்தின் ஆரம்பக் கட்டத்தில் சோசலிச சமூகம் என்ற வேலைத் திட்டத்தை அறிவிப்பது இயல்பான ஒன்றுதான். ஆனால் சமூக யதார்த்தம் என்ன என்பதை அவர்கள் அனுபவப்பூர்வமாக உணரும் போது அடுத்தக் கட்டம் என்ன என்பதைப் பார்ப்பார்கள். இது எல்லா இடங்களிலும் நடக்கக்கூடிய

ஒன்றுதான். ஒரு கட்சி மார்க்சியக் கட்சியா இல்லையா என்பது அது என்ன அறிவித்துக்கொள்கிறது என்பதில் மட்டுமே இல்லை. அது சமூக, அரசியல் மாற்றத்துக்கான போராட்டக் களத்தில் என்ன கருத்தியலால் வழி நடத்தப்படுகிறது என்பதில்தான் இருக்கிறது. உலக விடுதலைப் புரட்சிகள் என எடுத்துக்கொண்டால் வியட்நாம் புரட்சி ஒரு சோசலிசப் புரட்சி கிடையாது. அது ஒரு தேசிய ஜனநாயகப் புரட்சிதான். அமெரிக்க வல்லாதிக்கத்துக்கும், உள்நாட்டுப் பிரபுத்துவத்துக்கும் எதிரான விடுதலைப் புரட்சி. அதனால் புரட்சி நடந்ததும் வியட்நாமிய சமுதாயத்தில் தனிவுடைமையும், முதலாளித்துவமும் ஒழிந்துவிட்டதா என்றால் இல்லை, அப்படி ஒழிக்கவும் முடியாது. அதற்கான கட்டம் வேறு. அதேபோல சீனத்தில் கூட மக்கள் ஜனநாயகப் புரட்சிதான் நீடித்து நடந்தது. நெடுந்தூரப் பாய்ச்சல் எல்லாம் வரும் போதுதான் கூட்டுறவு முறை எல்லாம் கொண்டு வந்தார்கள். இப்போது சீனத்தில் ஏற்பட்டிருக்கும் பின்னடைவு தனி செய்தி.

தமிழீழத்தில் அல்லது சிங்களத்தில் அல்லது ஒட்டுமொத்த இலங்கையிலுமே சோசலிசப் புரட்சி என யார் அறிவித்திருந்தாலும் அது யதார்த்துக்குப் பொருத்தமானது அல்ல. சோசலிசம் என்பது விருப்பம்போல அடையக்கூடிய கட்டம் அல்ல. அது சமூகத்தின் வளர்ச்சிப்போக்குடன் தொடர்புடைய ஒன்று. தமிழீழ சமூகத்தைப் பொறுத்த வரை சாதி ஒழிப்பு, பிரபுத்துவ ஒழிப்பு, பிற்போக்கான மதவாத ஒழிப்பு, சமூகத்தை ஜனநாயகப்படுத்துவது, நிலச் சீர்திருத்தம், அனைவருக்குமான வேலைவாய்ப்பு இந்த மாதிரியான கோணத்தில் மட்டும்தான் பிரச்னையை அணுக முடியும். இதை ஓர் அமைப்பு அணுகியிருக்கலாம், சிலர் விட்டிருக்கலாம். அப்போது என்ன முடிவு செய்தார்கள் என்பதைப் பற்றி நாம் எதுவும் சொல்ல முடியாது. ஆனால் ஒரு மக்கள் சமூகம் புரட்சிகரமான வழியில் தேசிய விடுதலைக்குப் போராடும் போதுதான் அதற்குள்ளான முரண்பாடுகளைக் களைய வேண்டிய தேவை அந்தச் சமூகத்துக்கு வரும். ஒரு பக்கத்தில் தேசிய விடுதலைக்கான போராட்டம், தேசிய இனத்துக்கு உட்பட்ட அடிமைத்தனங்களுக்கு எதிரான போராட் டத்தை வலுப்படுத்தும். இல்லை என்றால் ஒரு தேசிய இனம் ஒருமுகமாக ஒருங்கிணைந்து எதிரியை எதிர்த்து நிற்க முடியாது.

ஓர் அமைதியான வாழ்க்கையில் 'நீ தள்ளிப்போ' என்று சொல்ல

முடியும். ஆனால் ஒரு போராட்ட வாழ்க்கையில் 'நீ தள்ளிப்போ' என்று சொல்ல முடியாது. நான் சாதாரணமாக இங்கு தோழர்களுக்கு ஓர் உதாரணம் சொல்வதுண்டு. இங்கு தேர்தல் நேரத்தில் ம.தி.மு.க., கம்யூனிஸ்ட், மார்க்சிஸ்ட் எல்லாம் ஒன்று சேர்வார்கள். சாதாரண காலத்தில் விவசாயத் தொழிலாளி அவர்களின் வீட்டுக்கு வெளியே நின்றுகொண்டிருப்பான். ஆனால் வாக்குக் கேட்க வரும்போது அந்த விவசாயக் கூலித் தொழிலாளியின் வீட்டுக் கூடத்தில் அமர்ந்து சாப்பிடுவார்கள். சாதாரண தேர்தல் போராட்டத்தின் தேவைகளே சாதி எல்லைகளைக் கடக்க வைக்கும்போது ஒரு புரட்சிகரப் போராட்டம் என்றால்..? அதனால்தான் மாவோ, 'ஒரு புரட்சிகரப் போராட்டம் என்பது பகைவனின் நஞ்சை மட்டுமல்ல, நம்முடைய நஞ்சையும் அழிக்கும்' என்று சொல்வார். தேசிய ஓர்மையை நோக்கிய வளர்ச்சி என்பது அப்படித்தான் ஏற்படும், ஏற்பட முடியும். எனவே தமிழீழ சமுதாயத்தில் கம்யூனிஸ்ட் கட்சியின் தலைமை யிலும், மற்றவர்களின் தலைமையிலும் சாதியொழிப்புக்காக நடந்திருக்கிற போராட்டங்கள் ஒருபக்கம் இருக்க, தேசிய விடுதலைக்கான போராட்டங்கள் அந்தச் சாதிய அடையாளங்களைப் பெருமளவுக்குப் பின்னுக்குத் தள்ளியிருக்கிறது என்பதுதான் புரிதல். இந்தப் பின்னணியில் வைத்துப் பார்க்கும்போது தமிழரசுக் கட்சியின் தலைமை, அதனுடைய வழிமுறைகள் மீதான விமர்சனங்கள் எல்லாம் ஒரு பக்கம் இருந்தாலும், நாம் வேறு வகையிலும் அதைப் பார்க்க வேண்டியிருக்கிறது.

இந்தியாவில் காங்கிரஸ் மீதும் அதன் தலைமை மீதும் நிறைய குற்றம் குறைகள் இருந்தாலும் அது இந்தியாவின் தேசிய விடுதலை இயக்கமாக அன்றைக்கு இருந்தது. அதைவிடச் சிறந்த இயக்கம் இருந்திருந்தால் நல்லது. ஆனால் இல்லை. அது மட்டும்தான் மக்களுக்கான தேர்வாக இருந்தது. அந்த இயக்கத்தின் முழக்கங் களும், சமூகப் பார்வையும் எப்படி இந்தியத் தேசிய இயக்கத்தின் பார்வையாக இருந்ததோ அதுபோல வட்டுக்கோட்டைத் தீர்மானத்தைத் தொடர்ந்து தமிழர் ஐக்கிய விடுதலைக் கூட்டணிதான் அந்தத் தேசிய இயக்கத்தின் அடிப்படை. அதற்கான ஜனநாயகக் கட்டளைதான் 1977 தேர்தல் முடிவு. அந்த முடிவை எந்த அமைப்பு முன்னெடுத்துச் செல்கிறதோ, அதுதான் அந்த மக்களுக்கான பிரதிநிதியாக இருக்க முடியும். அதற்கு அடுத்த இரண்டாவது கட்டம் பேச்சுவார்த்தை. பேச்சுவார்த்தை என்பது வடிவத்தை விட்டுக்

கொடுத்து சாரத்தைக் காத்துக்கொள்வது. வட்டுக்கோட்டைத் தீர்மானத்தின் சாரத்தைக் காத்துக்கொள்ளும் போதே தனிநாடு என்ற வடிவத்தை கைவிடுவதற்கான மாற்றுவழி அது. வட்டுக்கோட்டை மாநாட்டின் அடிப்படையான கொள்கைகளை யார் விட்டுக் கொடுக்காமல் தொடர்கிறார்களோ அவர்கள்தான் அந்தத் தீர்மானத்தின் தொடர்ச்சி; அந்த கட்டளையின் தொடர்ச்சி; அவர்கள்தான் அந்தத் தேசிய இனத்தின் பிரதிநிதி. இந்தமுறையில் தான் நாம் பார்க்க வேண்டியிருக்கிறது.

புலிகள் இயக்கத்தின் பொருளியல் பார்வை, அரசியல் பார்வை இவற்றில் விமர்சனத்துக்கு உரியவையும், விவாதத்துக்கு உரியவை யும் இருக்கலாம். ஆனால் வரலாற்று வளர்ச்சிப்போக்கில் ஒரு சிறிய அமைப்பு இப்படித்தான் ஒரு தேசிய இன விடுதலை இயக்கமாகப் பரிணமித்து வளர முடியும். அப்படித்தான் 85 திம்பு பேச்சு வார்த்தையில் ஒன்றுபட்டு நின்றார்கள். நீங்கள் சொன்ன இந்திய உளவுத்துறையின் பங்கு என்பது ஒரு சிறிய புறக் காரணம்தான். உண்மையில் அப்போது அமைப்புகள் தங்களுக்குள் ஒற்றுமை யாகவும், உறுதியாகவும் இருந்திருந்தால் இந்திய உளவுத் துறைக்கு எதிராகப் போரிட்டிருக்கலாம். இந்தியா-இலங்கை ஒப்பந்தத்தையே நிராகரித்திருக்கலாம். ஆக்கிரமிப்பு இராணுவமான இந்திய ராணுவத்துக்கு ஒத்துழைத்த இயக்கங்களையும், இந்திய இராணுவத்தை எதிர்த்துப் போரிட்ட இயக்கங்களையும் நாம் சமப்படுத்திப் பேச முடியாது. அந்த அடிப்படையில் வட்டுக் கோட்டைத் தீர்மானத்தின் நான்கு அடிப்படைக் கூறுகளுக்கும் மற்ற அமைப்புகள் இரண்டகம் செய்தன. புலிகள் அமைப்பு ஒன்றுதான் அந்தக் கொள்கைகளுக்கு இரண்டகம் செய்யாமல் எதிர்த்து நின்றது. இரண்டுக்கும் இடையில் சும்மா நின்றது ஈரோஸ் அமைப்பு. ஒரு கட்டத்துக்குப் பிறகு அப்படி இரண்டுக்கும் இடையில் நிற்க முடியாமல் புலிகளுடன் தங்களைச் சேர்த்துக்கொண்டார்கள். அவர்களுக்கு எவ்வளவோ விமர்சனங்கள் இருந்திருக்கலாம். இல்லை என்றால் எதற்குத் தனி அமைப்பாக இருந்திருக்க வேண்டும்? எனவே சோசலிசம் என அறிவித்துக்கொண்டிருப்பது மட்டுமே ஒரு அமைப்பை சோசலிச அமைப்பாக மாற்றி விடாது.

இந்தியாவை எடுத்துக்கொண்டால் ரொம்பத் தீவிரமாக மார்க்சியம் பேசும் கட்சி சி.பி.எம். ஆனால் குஜராத்தில் பா.ஜ.க.வின் நரேந்திர

மோடி அரசு என்ன பொருளாதாரக் கொள்கையைக் கடை பிடிக்கிறதோ அதைத்தான் மேற்கு வங்கத்தில் சி.பி.எம். அரசும் கடைபிடிக்கிறது. டாடா இங்கே இடம் கிடைக்கவில்லை என்றால் அங்கே போய்விடுகிறார். இவர்களுக்குள் எந்த வேறுபாடும் இல்லை. இது செங்கொடி ஏந்தியக் கட்சி, அது காவிக்கொடி ஏந்தியக் கட்சி, அவ்வளவுதான். ஆகவே எழுதி வைப்பதையும், அறிவித்துக்கொள்வதையும் தாண்டி களத்தில் நடந்ததை வைத்துப் பார்க்கும் போது பகைவனுக்கு எதிராக மக்களை ஒன்று திரட்டுவதிலும், அவர்களை ஒரு சக்தியாக்குவதிலும், அதற்கான போராட்ட வடிவங்களை உருவாக்குவதிலும், திசைதிருப்பவும் கலைக்கவும் வெளியில் இருந்து வரும் சக்திகளை எதிர்த்து நிற்பதிலும் புலிகள் இயக்கம்தான் முன்னுக்கு நின்றது. அந்த அடிப்படையில்தான் அவர்கள் அந்த மக்களின் பிரதிநிதிகளாக மாறினார்கள் என்று நான் கருதுகிறேன்.

ஷோபாசக்தி:
நானும் ஒரு விடயத்தைத் தெளிவுபடுத்த விரும்புகிறேன். விடுதலை இயக்கங்களின் உருவாக்கதிற்கு இந்த இடதுசாரி முழக்கங்கள் பெருமளவில் துணைநின்றன. ஆனால் இயக்கங்களின் அரசியல் வேலைத்திட்டங்கள் வலதுசாரிக் குறுந்தேசியவாதத் திட்டங் களாகவே விரைவில் மாறிப்போயின. இயக்கங்கள் இழைத்த தவறுகளிற்குத் தனிநபர்களில் காரணத்தைத் தேடுவதைத் தவிர அவர்களின் குறுந்தேசியவாத வலதுசாரி அரசியல் வேலைத் திட்டத்தில் காரணத்தைத் தேடுவதே சரியாயிருக்கும் என்ற காரணத்தினாலேயே நான் அவற்றைச் சொல்ல நேரிட்டது. விடுதலைப் புலிகள் ஒரு சோசலிசப் புரட்சியை நடத்தி முடிக்க வில்லை என்பதல்ல எனது விமர்சனம். அவர்கள் சராசரி மனிதாபிமான நிலைகளிற்கும் கீழிறங்கிப் பாசிஸ்டுகளாக நடந்து கொண்டார்கள் என்பதே எனது விமர்சனம். அந்தப் பாஸிஸ்டுகளை மக்களின் பிரதிநிதிகளாக உங்களைப் போன்றவர்கள் ஏற்றுக் கொள்வது கெடுநேரம், கொடூரம்.

நான், இடதுசாரி அரசியல் நிலைப்பாடு என்பதையோ எண்பதுகளில் ஆயிரக்கணக்கான போராளிகள் நேசித்த சோசலிசத் தமிழீழம் என்ற கருத்தாக்கத்தையோ வாய்ப்பாட்டுத்தனமாக ருஷ்யப் புரட்சியுடனோ சீனப் புரட்சியுடனோ இணைத்துப் பார்க்கத் தேவையில்லை.

இலங்கைக்கு உரிய தனித்துவமான சமூக வளர்ச்சிப் படிநிலைகளைக் கருத்தில் கொள்ளாமலும் நான் பேசவில்லை. இனவிடுதலை, சாதியொழிப்பு, நிலச்சீர்திருத்தம, சமூகநீதி, பண்பாட்டுப் புரட்சி போன்ற புதிய சனநாயகப் புரட்சியின் கூறுகளையாவது நமது விடுதலை இயக்கங்கள் முன்னிறுத்தியிருக்க வேண்டியிருக்கும். நமது போராட்டத்தின் அடிப்படைப் பண்புகளாக இவைதான் இருந்திருக்க வேண்டும். சிங்கள இனவாத அரசை எதிர்த்துப் போராடும் அதேவேளையில் நமக்குள்ளே இருக்கும் முரண்களை, அடிமைத்தனங்களை நீக்குவதற்காக போராடியிருக்க வேண்டும். இதில் எது முதன்மையானது என்ற கேள்விக்கே இடமில்லை. உள் முரண்களை களைவதற்கான போராட்டங்களும், இலங்கை அரசுக்கு எதிரான போராட்டங்களும் சம கவனத்தில் கொள்ளப்பட வேண்டியவையாகத்தான் அங்கு இருந்தன. ஆனால் புலிகள் உள்ளிட்ட நமது தமிழ்த் தேசிய இயக்கங்கள் எவையும் இவற்றை கவனத்தில் கொள்ளவில்லை. சாதியொழிப்பை முன்னெடுக்கவோ, தமிழ் மக்களுக்கும், இஸ்லாமிய மக்களுக்கும் இடையில் மெதுமெதுவாக உருவான கசப்புகளைச் சரி செய்யவோ கலாசார அடிப்படைவாதத்தை எதிர்த்துக் குரல் கொடுக்கவோ இவர்கள் முனையவில்லை. இவற்றைத் தவிர, சகோதரப் படுகொலைகள், கேள்விக் கேட்பவரை சந்தியில் நிற்க வைத்து சுடுவது, சிறு திருடர்களுக்கும், பாலியல் தொழிலாளர்களுக்கும் மரண தண்டனை வழங்குவது என அனைத்து வகையிலும் இவர்கள் கேட்டுக் கேள்விகளற்ற அதிகார சக்திகளாக மாறினார்கள். எந்த மக்களிடம் இருந்து பணத்தைப் பெற்று தங்கள் இயக்கத்தை வளர்த்தார்களோ, பயிற்சிகளைப் பெற்றார்களோ அந்த மக்களின் மீதே அதிகாரம் செலுத்துபவர்களாக மாறினார்கள். உண்மையில் நாங்கள் ஆரம்பித்த விடுதலைப் போராட்டம் ஜனநாயகப் பண்புகளை உள்ளடக்கமாக கொண்டிருந்தால் இவை நடந்திருக்காது.

1987ல் இலங்கை இந்திய ஒப்பந்தத்தின் போது புலிகள் தவிர்ந்த இயக்கங்கள் இரண்டகம் செய்துவிட்டன என்றீர்கள். அதற்கு முன்பாகவே தோழமை விடுதலை இயக்கங்களிற்குப் புலிகள் இரண்டகம் செய்துவிட்டார்கள் என்பதுதான் வரலாறு. ஈ.பி.ஆர்.எல்.எவ்-ம், ஈரோசும், டெலோவும் சேர்ந்து அமைத்திருந்த ஈழத் தேசிய விடுதலை முன்னணியில் ஏப்ரல் 1985ல் இணைந்து கொண்ட புலிகள், சரியாக ஒரு வருடத்தில் ஏப்ரல் 1986ல்

டெலோவைத் தாக்கி அழித்தார்கள். டிசம்பர் 1986ல் ஈ.பி.ஆர்.எல்.எவ். புலிகளால் தாக்கி அழிக்கப்பட்டது. ஒபராய் தேவனையும், சிறிசபாரத்தினத்தையும் கொல்லுமாறு மக்களா புலிகளிற்குச் சொன்னார்கள்? 1986 ஏப்ரலில் டெலோப் போராளிகளின் கழுத்துகளில் டயர்களைப் போட்டு வீதிகளில் எரிக்க மக்களா புலிகளுக்கு உத்தரவிட்டார்கள்? அப்போது எந்த இரண்டகத்தைச் செய்துவிட்டார்கள் என்று புலிகள் மற்றைய இயக்கங்களைத் தடை செய்தார்கள், போராளிகளையும் ஆதரவாளர்களையும் கொன்றுபோட்டார்கள்? புலிகளால் தடைசெய்யப்பட்ட இந்த இயக்கங்கள் 1990வரை இலங்கை அரசுக்கு ஆதரவு நிலையை எடுக்கவில்லை. ஆனால் புலிகள் 1988லேயே இலங்கை அரசோடு கூட்டுச் சேர்ந்தார்கள். இலங்கை அரசிடமிருந்து பணத்தையும் ஆயுதங்களையும் பெற்றுக்கொண்டார்கள். இலங்கை இராணுவத்தின் நேரடிக் கள உதவியுடனேயே புலிகள் செட்டிக்குளத்திலிருந்த தமிழீழ மக்கள் விடுதலைக் கழகத்தினரின் முகாமைத் தாக்கி அழித்தார்கள். மற்றவர்கள் செய்தால் துரோகம், புலிகள் செய்தால் மட்டும் அது ராசதந்திரமா?

இலங்கை இந்திய ஒப்பந்தத்திற்கு வருவோம். அந்த ஒப்பந்தத்தை முதலில் பிரபாகரன் ஏற்றுக்கொண்டார். கட்டாயப்படுத்தி சம்மதிக்க வைத்துவிட்டார்கள், வீட்டுக்காவலில் வைத்திருந்தார்கள் என்ற சப்பைக்கட்டுகள் தேவையற்றவை. அது அரசியல் சாக்குப்போக்கே தவிர நேர்மையான பதில் கிடையாது. காவலில் வைத்தாலோ நெருக்கடிகள் வரும் நிலையிலோ அவர் சரணடையக் கூடியவர்தான் என்பதைக் காலம் இன்று நிரூபித்திருக்கிறது. மே பதினைந்தில் 'நாங்கள் ஆயுதங்களை மவுனிக்க செய்கிறோம்' என்று புலிகள் அறிவித்ததை நீங்கள் மறந்திருக்கமாட்டீர்கள் என்று நினைக்கிறேன். இன்னொரு முக்கியமான செய்தியையும் இங்கே சொல்வது பொருத்தமாக இருக்கும். 'இலங்கை-இந்திய ஒப்பந்தத்தைத் தொடர்ந்து ராஜீவ்காந்திக்கும் பிரபாகரனுக்கும் இடையே ஓர் எழுதப்படாத ஒப்பந்தம் ரகசியமாக உருவானது. அந்த ஒப்பந்தத்தை ராஜிவ்காந்தி ஜென்டில்மேன் அக்ரிமென்ட் எனக் குறிப்பிட்டார்' என்று பதிவு செய்கிறார் ஆன்டன் பாலசிங்கம். அந்த ரகசிய உடன்பாட்டின்படி இலங்கை-இந்திய ஒப்பந்தத்தின் பின்பு வடக்கு-கிழக்கில் அமையவிருக்கும் இடைக்கால நிர்வாக சபையில் புலிகளுக்குப் பெரும்பான்மை இடங்களை வழங்குவதென்றும்

புலிகளின் செலவீனங்களுக்காக மாதாமாதம் அய்ந்து மில்லியன் இந்திய ரூபாய்களை இந்திய அரசு வழங்குமென்றும் இணக்கம் காணப்பட்டது. முதற்கட்டமாக அய்ந்து மில்லியன் ரூபாய்களையும் புலிகள் பெற்றுக்கொண்டனர்.

மக்கள் முன்பு முதலும் கடைசியுமாக சுதுமலைப் பொதுக் கூட்டத்தில் உரையாற்றிய பிரபாகரன் இலங்கை இந்திய ஒப்பந்தத்தை தாங்கள் ஏற்றுக்கொள்வதாக அறிவித்தார். தங்கள் மீது அழுத்தம் ஏற்றப்பட்டிருப்பதாகவும் அதனாலேயே அந்த ஒப்பந்தத்தை ஏற்றுக்கொள்ளத் தாங்கள் சம்மதிப்பதாகவும் சொன்னார். இதே அழுத்தங்கள்தானே மற்றைய இயக்கங்கள் மீதும் சுமத்தப்பட்டிருக்கும். போதாக்குறைக்குப் புலிகளின் அழுத்தத்தால் அவர்கள் ஏற்கனவே இருப்பில்லாமலேயே இருந்து கொண்டிருந்தவர்கள்.

இலங்கை-இந்திய ஒப்பந்தம் ஆளும் வர்க்கங்களின் நலனில் முன்னிறுத்தப்பட்டதுதான். அது தமிழர்களிற்கு போதிய உரிமைகளை வழங்கத் துப்பற்ற ஒப்பந்தம்தான். ஆனால் போர் நிறுத்தம் என்றவொரு அதிமுக்கியமான அம்சம் அந்த ஒப்பந்தத்தில் இருந்தது. ஒப்பந்தம் கைச்சாத்திடப்பட்ட தினத்திலிருந்தே தமிழர்களின் பகுதிகளிலிருந்து பகுதி பகுதியாக இலங்கைப் படைகளின் முகாம்கள் மூடப்பட்டன. மெல்ல இயல்பு வாழ்க்கையும் திரும்பத் தொடங்கியது. எத்தகைய போதாமைகள் இருந்தபோதும் நாங்கள் அந்தச் சந்தர்ப்பத்தைப் பயன்படுத்தியிருக்க வேண்டும். அரசியல் சூழல்களைச் சரியாக மதிப்பிட்டு யுத்தத்தை நிறுத்தி அரசியற் போராட்டத்தை முன்னெடுத்திருக்க வேண்டும். இதற்கு முந்தைய ஆயுதமற்ற அரசியற் போராட்டங்கள் எதைச் சாதித்தன என்ற கேள்வியை எழுப்புவீர்களானால் இத்தனை வருட ஆயுதப் போராட்டம் சாதித்ததென்ன? அது தமிழ் மக்களிற்குப் பெற்றுக்கொடுத்த உரிமைகள் என்ன? என்ற கேள்விக்கு நீங்கள் பதில் சொல்ல வேண்டியிருக்கும். அப்போது பட்டினிப்போர் நடத்தி உயிர் துறந்த திலீபன் புலிகள் இயக்கத்தில் இறந்த 650ஆவது போராளி. அதற்குப் பின்பு இன்றுவரை புலிகள் முப்பதாயிரத்திற்கும் மேற்பட்ட போராளிகளை இழந்திருக்கிறார்கள். மாண்டுபோன மக்கள், அழிக்கப்பட்ட சொத்துகள், புலம்பெயர்ந்த அகதிகளுக் கெல்லாம் கணக்கே கிடையாது. இவ்வளவு இழப்புகளிற்குப் பின்பு

இன்று நாங்கள் ஆயுதம் அற்ற அரசியல் போராட்டம் என்ற நிலையை வந்தடைந்திருக்கிறோம். புலிகளும் அந்த நிலைக்குத் தள்ளப்பட்டிருக்கிறார்கள். இந்தியா எங்களது நண்பன், இந்திய இறையாண்மையைப் புலிகளே பாதுகாப்பார்கள் என்றெல்லாம் பிதற்றுகிறார்கள். எனவே அன்றே இலங்கை-இந்திய ஒப்பந்தத்தை ஏற்றுக்கொண்டு மைய நீரோட்ட அரசியலுக்குத் திரும்பிய மற்றைய இயக்கங்களை இரண்டகம் செய்தார்கள் என்று நீங்கள் சொல்வது சரியான மதிப்பீடாகாது என்றுதான் நினைக்கிறேன்.

புலிகள் இந்திய இராணுவத்தோடு மோதலைத் தொடக்க ஒரேயொரு காரணம்தான் இருந்தது. அது புலித் தலைமைகளின் அரசியல் தீர்க்கதரிசனமற்ற அதீத இராணுவவாதம். அந்தப் போரில் புலிகள் தாக்குப்பிடித்ததற்கு இந்தியாவின் ஆதிக்கத்தை இலங்கையில் விரும்பாத மேற்கு நாடுகளும் இலங்கையின் பிரேமதாச அரசு புலிகளிற்குத் துணைநின்றது என்பதும்தான். புலிகள் செய்வ தெல்லாம் அரசியல் தந்திரம், அதையே மற்றவர்கள் செய்தால் இரண்டகம் என்ற கருத்துகள் நடுநிலையிலிருந்து வருவதல்ல. அது புலிநிலையிலிருந்து வருவது. நடத்தப்பட்ட ஆயுதப் போராட்டத்தின் அடிப்படை வேலைத் திட்டமே தவறு என்பதுதான் என் கருத்து. போராட்டமானது வளர்ந்து வந்த ஒவ்வொரு நொடியிலும், தன் சொந்த மக்களுக்கு அதிகாரத்தையும் மின்கம்பங்களையுமே பரிசளித்து வந்திருக்கிறது. அந்த அடிப்படையில் நான் இந்த போராட்டத்தின் மீது கடுமையான விமர்சனம் கொண்டவனாக இருக்கிறேன்.

நீங்கள் குறிப்பிட்டதுபோல வட்டுகோட்டைத் தீர்மானமும், அதை ஒட்டி 1977 பொதுத் தேர்தலில் அளிக்கப்பட்ட வாக்குகளும் தமிழீழத்துக்கு அளிக்கப்பட்ட வாக்குகள் என்று ஒரு சொல்லாடல் இருக்கத்தான் செய்கிறது. இலங்கையில் பொதுத்தேர்தல் நடக்கத் தொடங்கிய காலத்திலிருந்தே தமிழ்ப் பிரதேசங்களில் தமிழரசுக் கட்சியும் தமிழ்க் காங்கிரசுமே அறுதிப் பெரும்பான்மைத் தொகுதிகளில் வெற்றிபெற்று வந்துள்ளன. பேரினவாதக் கட்சிகள் அவ்வப்போது ஒன்றோ இரண்டோ இடங்களை வெற்றி கொள்வதுண்டு. 1977 தேர்தலில் முதன்முதலாக இரண்டு கட்சிகளும் இணைந்து தேர்தலை எதிர்கொண்டன. வட்டுக்கோட்டைத் தீர்மானத்தை முன்நிறுத்தாவிட்டால் கூட இந்தக் கட்சிகள்தான்

வடக்குக் கிழக்கில் அதிகளவு இடங்களைப் பெற்றிருக்கும் என்பதுதான் உண்மை. இப்பொழுது இந்தியா ஒளிர பா.ஜ.கவிற்கு வாக்களியுங்கள் என்று கேட்கிறார்கள். நல்லாட்சி தொடர கலைஞருக்கு வாக்களியுங்கள் என்கிறார்கள். அடுத்த தேர்தலில் பா.ஜ.கவும் தி.மு.கவும் வென்றால் இந்தியா ஒளிர்ந்ததாகவும் கலைஞர் நல்லாட்சி செய்ததாகவும் மக்கள் ஏற்றுக் கொண்டிருக் கிறார்கள் என்று அர்த்தமாகுமா? ஒரு வாதத்திற்காக அப்போது தமிழர் விடுதலைக் கூட்டணினர் பெற்ற 35 விழுக்காடு வாக்குகளும் தமிழீழத்திற்கான வாக்குகள் என்று வைத்துக்கொண்டாலும் இன்று 32 வருடங்கள் கழிந்துவிட்டன. அன்று வாக்களித்த தலைமுறைக்குப் பின்னால் இன்னும் இரண்டு தலைமுறைகள் தோன்றிவிட்டன. சென்ற தலைமுறையின் அரசியலை இன்றைய தலைமுறைமீது திணிப்பது எந்தவகையில் நியாயம்?

ஈழத் தமிழ்மக்களில் பெரும்பான்மையானோர் எண்பதுகளிலும் தொண்ணூறுகளிலும் தமிழீழக் கோரிக்கைக்கு ஆதரவாயிருந்தார்கள் என்பது மலைமேல் வைத்த விளக்குப்போல வெளிவெளியாகத் தெரியும் உண்மை. நமது மக்களின் விடுதலைத் தாகத்திற்குச் சாட்சியாக ஊசிப்போன வட்டுக்கோட்டைத் தீர்மானத்தை இன்று தமிழ்த் தேசியவாதிகள் ஏன் தூக்கிப்பிடித்துத் திரிகிறார்கள் என்று எனக்கு உண்மையிலேயே புரியவில்லை. போராளிகளிற்கு மக்கள் அளித்த ஒவ்வொரு கவளம் சோற்றிலும் தமிழீழக் கோரிக்கைக்கான ஆதரவு அடங்கியிருந்தது. போராளிகளிற்கு மக்கள் வழங்கிய ஒவ்வொரு ரூபாயிலும் மக்களின் விடுதலை வேட்கை எழுதப் பட்டிருந்தது. இன்றுகூடத் தமிழீழக் கோரிக்கைமீது பெரும் பான்மைத் தமிழ் மக்களிற்கு வெறுப்புக் கிடையாது. ஆனால் அவர்களிற்கு தங்கள்மீது அடக்குமுறைகளைச் சுமத்திய, தங்கள் பிள்ளைகளைக் கட்டாயமாகப் பிடித்துச் சென்று கொலைக் களங்களில் தள்ளிய விடுதலை இயக்கங்களின்மீது கடுஞ்சினமும் எதிர்ப்பும் இருக்கிறது. இன்றைய சூழலில் தமிழீழம் சாத்தியம் இல்லையென்று மக்கள் உணர்ந்திருந்தபோதும் ஒரு விடுதலை சார்ந்த கனவாக அது அவர்களிடமுள்ளது. ஆனால் அந்தக் கனவின் மீது எவரையும் வியாபாரம் நடத்த அவர்கள் இனி அனுமதிக்கப் போவதில்லை. இன்னொரு யுத்தத்தை அவர்கள் ஆதரிக்கப் போவதில்லை. புலிகளை ஒத்த ஆயுத இயக்கமொன்றை ஏற்றுக் கொள்ளப்போவதுமில்லை. இப்போது நம்மிடம் கம்யூனிஸ சமூக

அமைப்புக் குறித்து ஓர் அறம் சார்ந்த கனவுண்டு. இன்றைய உலகச் சூழலில் அது சாத்தியம் இல்லையென்ற புரிதல் நம்மிடம் இருந்தாலும் அது அறம் சார்ந்த கனவாக நம்மிடையே தேங்கியிருக்கிறது. ஆனால் ஒரு புரட்சி சாத்தியமாகும்போது அது கமர்ரூஜின் பொல்பொட் வகைப்பட்ட புரட்சியாகத் திரிந்துபோய் அப்பாவி மக்களைக் கொன்று குவிக்கும் அவலமாக மாறினால் அதை நம்மால் ஏற்றுக்கொள்ள முடியுமா? இதுதான் ஈழத்து மக்களின் இன்றைய அரசியல் கையறு நிலை.

தவிரவும் இன்றைய வடக்குக் கிழக்கின் எதார்த்த நிலையை நாம் புரிந்துகொள்ள வேண்டும். எண்பதுகளில் இருந்த சமூக அமைப்பு இப்போது வேறுமாதிரி மாற்றமடைந்துள்ளது. இஸ்லாமியர்கள் தமிழீழக் கோரிக்கையை முற்று முழுதாகவே நிராகரித்து விட்டார்கள. கிழக்கு மகாணத்தைச் சேர்ந்த தமிழர்கள் யாழ் மையவாதத்திற்கு எதிரான குரலோடு தங்களது சுயாதீனத்தைப் பேசுகிறார்கள். விடுதலைப் புலிகளிடம் பெற்ற கசப்பான பாடங்களோடு மக்கள் இருக்கிறார்கள். தமிழ்த் தேசிய இனத்திற்கு தங்களது தலைவிதியைத் தாங்களே தீர்மானிக்கக்கூடிய சுயநிர்ணய உரிமையுண்டு. விடுதலை அரசியலுக்கான வேட்கை உண்டு. ஆனால் அது வட்டுக்கோட்டைத் தீர்மானத்தின் தொடர்ச்சியாகவோ விடுதலைப்புலி அரசியலின் நீட்சியாகவோ இருந்தால் அதுதான் எம் மக்களிற்கு எழுதப்படும் இறுதி மரண சாசனம். இனி நாம் முற்றுமுழுதான மாறுபட்ட அரசியல் வழிகளைக் கண்டடைய வேண்டும். அந்த வழி வெற்றுத் தமிழ்த் தேசிய முழக்கத்திலிருந்தும் முப்பது வருடங்களாக நடந்து முடிந்த கொலைக் கலாச்சார அரசியலிலிருந்தும் தன்னை வெட்டெனத் துண்டித்துக்கொள்ள வேண்டும்.

தியாகு:
மற்ற தேர்தலுக்கும் 1977-ல் நடந்த தேர்தலுக்கும் வித்தியாசம் இருக்கிறது. வட்டுக்கோட்டைத் தீர்மானத்துக்குப் பிறகு நடந்த தேர்தல் என்பது மட்டுமே அந்தத் தேர்தலுக்கான முக்கியத்துவம் இல்லை. அந்த தேர்தலில்தான் தமிழர் ஐக்கிய விடுதலைக் கூட்டணி என்ற பெயரில் தமிழரசுக் கட்சி உள்பட மற்ற அமைப்புகளும் ஒன்றாக சேர்ந்து தேர்தலை எதிர்கொண்டார்கள். ‘நீங்கள் வாக்களிக்கப்போவது இலங்கை நாடாளுமன்றத்துக்கு அல்ல,

வட்டுக்கோட்டைத் தீர்மானத்தின் சாரமான தமிழீழ தனியரசு என்ற கோரிக்கைக்கு ஆதரவாகத்தான்' என்று தெளிவாக அறிவித்து, அதற்கு மக்களிடம் ஜனநாயகக் கட்டளையைப் பெறுவதற்காகவே அந்த தேர்தல் எதிர்கொள்ளப்பட்டது. அதேநேரம் வரலாற்றில் எல்லாத் தேர்தல்களையும் அப்படி ஒப்பிட்டுவிட முடியாது. இந்தியாவை எடுத்துக்கொண்டால் இங்கு 77-ம் வருடத் தேர்தல் முக்கியமான ஒன்று. அந்த தேர்தலில் இந்திராகாந்தியின் நெருக்கடி நிலைக்கு எதிராக மக்கள் வாக்களித்தார்கள். காங்கிரசுக்குக் கிடைத்த அந்தத் தோல்வி என்பது ஏதோ மொரார்ஜி தேசாயின் செல்வாக்குக் காரணமாகவோ, ஜெயப்பிரகாஷ் நாராயணனின் செல்வாக்குக் காரணமாகவோ வந்தது அல்ல. ஏனென்றால் காங்கிரஸ் கட்சியால் வடக்கே ஒரு தொகுதியில்கூட வெற்றிபெற முடியவில்லை. இந்திராவும் தோற்று, சஞ்சய் காந்தியும் தோற்கடிக்கப்பட்டார். ஜனநாயகமா, சர்வாதிகாரமா என்ற ஒரே ஒரு கேள்வி மட்டும்தான் அப்போதைய தேர்தலில் இருந்தது. அதுபோலதான் இந்த தேர்தலையும் நாம் பார்க்க வேண்டும். இரண்டையும் சமப்படுத்தக் கூடாது. இன்னொன்று இந்த ஜனநாயகக் கட்டளை ஏன் அவசியமானது என்பதற்கு ஒப்பிட்டுப் பார்க்கக்கூடிய உதாரணம் ஒன்று சொல்கிறேன்.

1912-ல் பிரித்தானிய நாடாளுமன்றத்துக்குத் தேர்தல் நடைபெற்ற போது ஐரீஸ் குடியரசு இராணுவம் மக்கள் மத்தியில் ஓர் அறிவிப்புக் கொடுத்தது. ஐரீஸ் இராணுவம் அப்போது கட்சி அமைத்து தேர்தலில் போட்டியிட்டது. ஒரு நாட்டில் இராணுவம் கட்சி அமைக்கிறதா, கட்சி இராணுவத்தை அமைக்கிறதா என்பதெல்லாம் அந்தந்த நாட்டு வரலாற்றுச் சூழலைப் பொருத்தது. சீனத்தில் இராணுவம்தான் கம்யூனிஸ்ட் கட்சியை அமைத்தது. அங்கு ஒரு கட்சி பிறக்கும் போதே இராணுவத்துடன் பிறந்தாக வேண்டும், இல்லை என்றால் உயிர் வாழ முடியாது. அங்கும் அப்படித்தான், ஐரீஸ் ராணுவம்தான் ஐரீஸ் மக்களின் இன விடுதலைக்காகப் போராடிக்கொண்டிருந்தது. ஆனால் இங்கிலாந்து அரசு, ஐரீஸ் மக்களிடம் பிரிந்து செல்வதற்கு ஆதரவு இல்லை என்று சொல்லிக்கொண்டிருந்தது. இந்த நிலையில்தான் ஐரீஸ் மக்களிடம் ஆதரவு இருக்கிறது என்பதை நிரூபிக்கத் தேர்தலை ஒரு வாய்ப்பாகப் பயன்படுத்தியது ஐரீஸ் குடியரசு ராணுவம். 'சின்ஃபீன்' *(Sinn Féin)* என்ற பெயரில் கட்சி அமைத்து பிரிட்டீஷ் நாடாளுமன்றத்துக்கான தேர்தலில் போட்டி

யிட்டது. 'அயர்லாந்து என்ற தனிநாடு வேண்டும் என்றால் எங்களுக்கு வாக்களியுங்கள்' என்று அவர்கள் கேட்டார்கள். தேர்தலின் முடிவில் 100-க்கு 70 இடங்களில் ஐரீஸ் குடியரசு ராணுவம் வெற்றிபெற்றது. ஆனால் வெற்றிபெற்ற பிறகு அவர்கள் நாடாளுமன்றத்துக்குப் போக மறுத்துவிட்டார்கள். 30 சதவிகிதம் இடங்களில் தோற்றார்கள் என்பதுகூட புரட்டஸ்டண்டுகள் எதிர்த்தார்கள் என்பதால்தான். ஐரீஸ் குடியரசு ராணுவம், பெரும்பான்மை அயர்லாந்துவாசிகளான கத்தோலிக்கர்களுக்காகத் தனியரசு கோரவில்லை. அவர்கள் அனைத்து ஐரீஸ் மக்களின் விடுதலைக்கும் சேர்த்துதான் போராடினார்கள். ஆனால் இயல்பாகவே அங்கு சிறுபான்மை கிறிஸ்தவர்களாக இருந்த புரட்டஸ்டண்டுகள் அதை எதிர்த்தார்கள், இப்போதும் எதிர்க்கிறார்கள். இப்போதுவரைக்கும் சின்ஃபீனை உலகம் அயர்லாந்து மக்களின் பிரதிநிதியாகக் கருதுவதற்கு அந்த 1912-ஆம் வருடத் தேர்தலில் பெற்ற மக்கள் கட்டளைதான் பெரிய ஆதாரம். அதனால் 1977ஆம் வருட இலங்கைத் தேர்தலில் தமிழ் மக்கள் கொடுத்த தமிழீழத் தனியரசுக்கான கட்டளையை தயவு செய்து குறைத்து மதிப்பிட வேண்டாம். இன்றைக்கும் இலங்கைக்கு உள்ளேயும், வெளியேயும் இருக்கும் தமிழ் மக்களிடம் ஐக்கிய நாடுகள் சபை ஒரு வாக்கெடுப்பு நடத்தட்டும். மக்கள் வட்டுக்கோட்டைத் தீர்மானத்தின் பக்கம்தான் நிற்கிறார்களா, தமிழீழ தனியரசு வேண்டும் என்று நினைக்கிறார்களா என்று பார்க்கலாம். வட்டுக்கோட்டைத் தீர்மானத்தைப் பொறுத்த வரை எல்லோரும் ஆதரிக்க வேண்டிய ஒரு கருத்தாகவே அதைப் பார்க்கிறேன். ஏனென்றால் அது தமிழீழ மக்களின் கட்டளை.

இன்னொன்று இராணுவவாதம் பற்றிய ஒரு விவாதம். எந்த இடத்திலுமே நாம் இராணுவவாதத்தை நியாயப்படுத்த கூடாது; நியாயப்படுத்தவும் தேவையில்லை. அது ஆதிக்க சக்திகளிடம் இருந்து வருகிற இராணுவ வாதமாயிருந்தாலும் சரி, ஒடுக்குண்ட மக்களின் விடுதலை இயக்கங்களில் இருந்து வருகிற இராணுவ வாதமாக இருந்தாலும் சரி, இராணுவ வாதம் எதிர்க்கப்பட வேண்டிய ஒன்று. ஆனால் இராணுவவாதத்தை நியாயப்படுத்துவது என்பது வேறு, இராணுவ வாதப் போக்குகள் எழுவதற்கான காரணங்களை விளங்கிக் கொள்வது என்பது வேறு. இன்றைய உலகத்தில் ஆயுதம் ஏந்திய விடுதலை இயக்கங்களில் இராணுவ வாத

அழுக்கில்லாத இயக்கம் ஒன்று கூட இல்லை. நீங்கள் பாலஸ் தீனத்தில் எடுத்து பார்த்தாலும் சரி, ஒரு நீண்ட அரசியல் பாரம்பரியம் மிக்க ஆப்பிரிக்க தேசிய காங்கிரசாக இருந்தாலும் சரி... இராணுவ வாத வழிமுறைகளை மேற்கொண்டவைதான். ஆப்பிரிக்க தேசிய காங்கிரஸ் இராணுவவாத செயற்பாடுகளை மேற்கொண்டது என்று மண்டேலா சிறையிலிருந்து வெளியே வந்த போது வெளிப்படை யாகவே ஒப்புக்கொண்டார். மண்டேலாவின் துணைவியார் மீதே அத்தகைய ஒரு கொலைக் குற்றச்சாட்டு சாட்டப்பட்டது. அந்த அளவுக்கு இராணுவவாத பிழைகள் அங்கேயும் இருந்தன.

அங்கோலாவில் 3 அமைப்புக்கள் இருந்தன. எம்.பி.எல்.ஏ, *(Movimento Popular de Libertação de Angola -Popular Movement for the Liberation of Angola)*, எப்.என்.எல்.ஏ, *(Frente Nacional para a Libertação de Angola - National Liberation Front of Angola)*, யுனிட்டா *(União Nacional para a Independência Total de Angola - National Union for the Total Independence of Angola)* என்ற அந்த மூன்று அமைப்புகளில் ஒன்றான யுனிட்டாவுக்குள் தென்னாப்ரிக்க உளவுத்துறை ஊடுருவி அந்த அமைப்பைத் தனது கைப்பாவை ஆக்கியது. எப்.என்.எல்.ஏ. அமைப்பு சீனாவிடம் பயிற்சிப் பெற்றது. சீன இராணுவ வீரர்களே அங்கே போய்ப் பயிற்சி கொடுத்தார்கள். ஆனால் கடைசியில் அந்த இயக்கமும் சி.ஐ.ஏ. கையில் சிக்கியது. எம்.பி.எல்.ஏ. ஒன்றுதான் இறுதிவரைக்கும் நேர்மையாகக் களத்தில் நின்றது. அதற்கு கியூபா ஆதரவு கொடுத்தது. அதிலும் கூட இராணுவவாதப் பிழைகள் எல்லாம் நடந்திருக்கின்றன. ஒவ்வொரு கட்டமாக நீண்ட அரசியல் வரலாற்றோடு வந்த இயக்கங்களுக்கே இந்த கதி. புலிகள் மிகக் குறுகிய காலத்தில் அரசியல் போராட்டங்களுக்கு வந்தவர்கள். 77-ல் தமிழீழத் தனியரசுக்கான மக்கள் கட்டளையை வாங்கியவர்கள் மாவட்டசபைத் தேர்தல்கள் வந்தவுடனேயே அதை கைவிட்டு விட்டனர். இளைஞர்கள் அந்த முடிவை எதிர்த்தார்கள். ‘ஒரு தனியரசு கேட்கும் நாம் கடைசியில் பஞ்சாயத்துத் தேர்தலில் போட்டிப் போடுவதா? தேர்தலில் போட்டியிடக்கூடாது’ என்று எதிர்த்தார்கள். ஆனால் தலைவர்களால் அப்படி இருக்க முடிய வில்லை. ஏனென்றால் அவர்களுக்கு ஏதாவது ஒரு பதவியில் இருந்தாக வேண்டும். இதன் காரணமாக ஒரு முதிர்ச்சிபெற்ற அரசியல் அமைப்பு தமிழ் மக்களைப் பிரதிநிதித்துவப் படுத்துவதற்குப் பதிலாக பொடியன்கள், சிறுவர்கள், மாணவர்கள்

என சிறிய வயதினரே அந்த மக்களைப் பிரதிநிதித்துவப் படுத்துகிறவர்களாக மாறினார்கள். ஏன் என்றால் மக்களைக் காக்கும் இடத்தில் இருப்பவர்கள் பகைவனிடம் இருந்து மக்களைக் காப்பவர்களாக, அடிக்கு அடி கொடுப்பவர்களாக இருக்க வேண்டும் என்ற வரலாற்றுத் தேவை அங்கு உருவாகிவிட்டது.

77-க்கும் 83-க்கும் இடைப்பட்ட காலம் ஈழத்தில் இயக்கங்களின் காலமாக இருந்தது. 83 ஜூலை இனக்கலவரத்தைத் தொடர்ந்து இயக்கங்களின் தீவிரம் மிக அதிகமாக இருந்தது. 84-ல் யாழ்பானத்தில் அரசாங்கத்தின் நிர்வாகம் முற்றிலுமாக சீர்குலைந்து புலிகளின் நிர்வாகம் வந்தது. இத்துணை வேகமான வளர்ச்சியைப் பெற்ற இயக்கங்கள் எதற்கும் ஒரு நீண்ட அரசியல் பயிற்சியோ, மக்களைத் திரட்டுகிற பயிற்சியோ, போராட்ட அனுபவங்களோ இருக்கவில்லை. அந்தக் கடமையை வரலாறு அவர்கள் மீது சுமத்தியது. ஆகவே இயல்பாகவே ஈழப் போராளி அமைப்புகளில் இராணுவவாதம் என்பது மிகுந்திருக்கிறது. நான் புலிகளை விலக்கிவிட்டுப் பேசவில்லை. அவர்களையும் உள்ளடக்கிதான் பேசுகிறேன். இராணுவவாதப் பிழைகளை கலைந்துகொண்டு முன்னேறுகிற வாய்ப்பு என்பது, ஆதிக்க சக்திகளிடம் சரணடையாமல் எடுத்துக்கொண்ட குறிக்கோளை நோக்கித் தொடர்ந்து போராடும்போதுதான் வரும்.

சுதுமலை பொதுக்கூட்டத்தில் பிரபாகரனின் உரையைப்பற்றி 'தி ஹிண்டு' அப்போது என்ன எழுதியது என்பதை கவனிக்க வேண்டும். 'அரசியல் நுட்பங்களுக்கு குறிப்பிடத்தக்கதோர் உரை' என்றுதான் அந்த முழுப்பேச்சையும் படத்துடன் வெளியிட்டார்கள். அந்தக் காலக் கட்டத்தில் புலிகள் மேற்கொண்ட யுத்தியின் தன்மையை நாம் புரிந்துகொள்ள வேண்டும். புலிகளை இந்தியா அழைத்து வருகிறது. டெல்லியில் வைத்துப் பேச்சுவார்த்தை நடத்துகிறது. பின்பு திருப்பி அனுப்புகிறது. புலிகள் அவர்களின் வரலாற்றிலேயே ஒரு மிகப்பெரிய நெருக்கடியை அப்போது சந்தித்தார்கள். அதாவது சிங்களப் படையை தமிழ் மக்கள் பார்த்த முறை வேறு. இந்திய படையைப் பார்த்த விதம் வேறு. நாங்கள் கூட வெளிநாடுகளுக்குப் போகும்போது 'எப்போது இந்தியாவில் இருந்து வந்தீர்கள்?' என்று கேட்டால், 'நான் இந்தியாவில் இருந்து வரவில்லை. தமிழகத்தில் இருந்து வருகிறேன்' என்று பதில்

சொல்வோம். ஏனென்றால் இந்தியாவைத் தாயகம் என்றும், நமது தாய்நாடு என்றும் பார்க்கக்கூடிய பார்வை ஈழத் தமிழ் மக்களிடம் ரொம்ப நாட்களாக இருக்கிறது. அது காந்தி, நேரு, இந்திராகாந்தி, எம்.ஜி.ஆர். என பலரிடமிருக்கும் மரியாதையில் இருந்து வருகிறது. தமிழீழம் எப்படி ஒரு தேசமோ அதுபோல தமிழ்நாடு என்பது இந்தியத்துக்கு அடிமைப்பட்டிருக்கும் ஒரு தேசம் என்ற பார்வை ஈழ மக்களுக்கு இருக்கவில்லை. அதனால்தான் பல நேரங்களில் இந்தியா எங்களைக் காப்பாற்றாதா என்று நம்பினார்கள். ஜெயவர்த்தனாவிடம் 'அங்கு நடப்பது இனப்படுகொலை. நாங்கள் வேடிக்கைப் பார்த்துக்கொண்டிருக்க மாட்டோம்' என இந்திராகாந்தி சொன்ன போது இந்திராகாந்தி வந்து நம்மைக் காப்பாற்றப் போகிறார் என்று நம்பினார்கள்.

ஆனால் புலிகளுக்கு எப்போதும் இந்திய இராணுவத்தின் மீது இத்தகைய மயக்கங்கள் இருந்தது இல்லை. இந்திய சூழ்ச்சிகளுக்குப் பலியாகிவிடக்கூடாது என்று இந்தியாவை எச்சரிக்கையுடனேயே அணுகினார்கள். மற்றக் குழுக்களை இந்திய உளவுத்துறை சீரழித்த போதும் புலிகள் கவனமாகவே இருந்தார்கள். டெலோவை இந்திய உளவு நிறுவனம் சிதைத்தது உள்பட பலவற்றை ஹர்கிரத்சிங் எழுதிய புத்தகத்தில் தெளிவாகக் குறிப்பிட்டிருக்கிறார். எனவே அந்தக் காலக் கட்டத்தில் தமிழீழ மக்களுக்கு இருந்த இந்திய மயக்கம் தீருவதற்கு ஒரு அவகாசம் தேவைப்பட்டது. உடனடியாக மோதல் வரக்கூடாது. ஏனென்றால் அப்போதுதான் அந்த மக்கள் இந்திய இராணுவத்தை வரவேற்று அழைத்து வந்திருக்கிறார்கள். அந்த அவகாசத்தை ஈட்டுவதற்கு புலிகள் தெளிவாக ஒன்றை சொன்னார்கள். 'எம் மக்களைப் பாதுகாப்பதற்காக நாங்கள் ஆயுதம் ஏந்தியிருக்கிறோம். இனி மக்களின் பாதுகாப்பை இந்திய அரசிடம் ஒப்படைக்கிறோம். ஆனால் எங்கள் மீது திணிக்கப்படும் இந்த ஒப்பந்தத்தை எங்களால் ஏற்றுக்கொள்ள முடியாது. சிங்களப் பேரினவாதம் இந்த ஒப்பந்தத்தையும் சீரழித்து விடும்' என்று சொன்ன பிரபாகரன் இறுதிவரைக்கும் அதில் கையெழுத்துப் போடவே இல்லை. வாய்வழி ஒப்புதலின் அடிப்படையில்தான் ஆயுத ஒப்படைப்பும் நடந்தது. ஆனால் இந்தியா வழமைபோல தனது சூழ்ச்சி வேலையைச் செய்தது. திரிகோணமலை துறைமுகத்தில் வைத்து இந்திய உளவுத்துறை ஈ.பி.ஆர்.எல். எப்-க்கு ஆயுதங்கள் வழங்கியது. புலிகள் இதை படம் எடுத்துக்

காட்டி 'எங்களிடம் ஆயுதங்களை ஒப்படைக்கச் சொல்கிறீர்கள். அவர்களுக்கு நீங்களே தருகிறீர்கள்?' என்று கேட்டார்கள். இதெல்லாம் உங்களுக்குத் தெரியும் என்று நினைக்கிறேன்.

ஷோபாசக்தி:
இந்திய அரசை நியாயப்படுத்துவதையோ எண்பதுகளின் கடைசி ஆண்டுகளில் இந்திய அரசின் கூலிப்படையைப் போல இயங்கிய ஈ.பி.ஆர்.எல்.எவ்., ஈ.என்.டி.எல்.எவ். போன்ற இயக்கங்களின் செயல்களை நியாயப்படுத்துவதையோ நான் ஒருபோதும் செய்யப் போவதில்லை. ஆனால் அந்த அமைதி ஒப்பந்தத்தை அதன் பலவீனங்களோடு ஏற்றுக்கொண்டு ஆயுத வன்முறையற்ற அரசியல் போராட்டங்களின் ஊடாக நாம் நகர்ந்திருக்க வேண்டும் என்பதுதான் எனது கருத்து.

தியாகு:
அந்த அவகாசத்தில் புலிகள் ரொம்பக் கவனமாக ஒன்று செய்தார்கள். ஒப்பந்தத்தில் குறிப்பிடப்பட்டிருந்த இராணுவத்தை விலக்கிக் கொள்வது, படை முகாம்களை அகற்றுவது, சிங்களக் குடியிருப்பு களை ஏற்படுத்தாமல் இருப்பது, கைதிகளை விடுவிப்பது போன்ற வற்றில் மக்களைத் திரட்டி அறப்போராட்டங்களை நடத்தினார்கள். அதில் உச்சகட்டம்தான் திலீபனின் உண்ணாவிரதம். அதன் பிறகு நடந்த புலேந்திரன், குமரப்பா மரணத்தைத் தொடர்ந்து இந்தியப் படை மீது ஈழ மக்கள் முழுவதுமாக நம்பிக்கை இழந்தார்கள். இது நம்மை ஆக்கிரமிக்க வந்தபடை என்பதை அவர்கள் புரிந்து கொண்ட பின்புதான் இந்தியப் படைக்கும் புலிகளுக்கும் இடையிலான மோதல் தொடங்கியது. இதில் எல்லாம் புலிகள் மிகச் சிறப்பாகச் செயல்பட்டார்கள் என்பதுதான் என் கருத்து. அரசியல் ரீதியாகவும் மிகச் சரியாகவே செயல்பட்டார்கள். ஒருவேளை அந்தப் போராட்டத்தில் அவர்கள் அழிந்து போயிருந்தாலும் கூட அது ஈழ மக்கள் போராட்டத்தின் அரசியல் வெற்றியாகவே அமைந்திருக்கும். அதற்கு உண்மையிலேயே பிரபாகரன் தயாராக இருந்தார். அவருடைய சில தளபதிகள், 'இந்திய இராணுவத்துடன் மோத முடியாது. நீங்கள் தப்பு செய்கிறீர்கள்' என்று எதிர்த்த போதும் 'யாருக்கு விருப்பமில்லையோ அவர்கள் ஒதுங்கிக் கொள்ளுங்கள்' என்று உறுதியான நிலைபாடு எடுத்துதான் அதை மேற்கொண்டார். இந்தப் போக்குதான் புலிகள் ஈழ மக்கள் மத்தியில் ஒற்றை

இயக்கமாக உருவாவதற்குக் காரணம். மற்ற அமைப்புகளைத் தடை செய்தது எல்லாம் ஒரு வரம்புக்கு உட்பட்ட வர்க்கச் சர்வாதிகாரம் மாதிரியான ஒரு விடுதலை இயக்கத்தின் சர்வாதிகாரம். என்னைப் பொறுத்த வரைக்கும் நான் எந்த வகையான சர்வாதிகாரத்தையும் ஏற்றுக்கொள்ளவில்லை. ஜனநாயகத்தை அதிகபட்சம் அனுமதிப்பதன் மூலம்தான் அதிகபட்சமான மக்களை ஒன்றுதிரட்ட முடியும் என்பதுதான் என் கருத்து. எந்த அளவுக்கு ஜனநாயகத்தை அனுமதிப்பது, அதன் வழியாக எப்படித் துரோகத்தைத் தடுப்பது என்பதை எல்லாம் களத்தில் உள்ள இயக்கங்கள் தான் முடிவு செய்ய வேண்டும். தொலைவில் இருந்துகொண்டு முடிவு செய்வதோ, விமர்சனம் செய்வதோ சாத்தியம் இல்லை. எல்லாவற்றையும் நாம் நியாயப்படுத்தவும் முடியாது, எல்லாவற்றையும் நிராகரிக்கவும் முடியாது. ஒட்டுமொத்தமாக அந்த இயக்கத்தின் போக்கு என்பது மக்களின் விடுதலையை நோக்கியதாக இருந்தது. அந்தப் போக்கையே நாம் ஆதரிக்கிறோம்.

ஷோபாசக்தி:
நான் மாறுபடுகிறேன் தோழர். இந்திய அரசோடு போரைத் தொடக்கிப் புலிகள் சாதித்ததென்ன? அதன் தொடர்ச்சியாக ராஜீவ் காந்தியைக் கொன்றதின் மூலம் அவர்கள் சாதித்ததென்ன? அந்த நிகழ்வை வைத்து மணிரத்தினமும் சந்தோஷ் சிவனும் ஆளுக்கொரு படம் எடுத்தார்கள் என்பதைத் தவிர நமக்குக் கிடைத்ததெல்லாம் பேரழிவும் பின்னடைவுமே. புலிகளுக்கும் இந்திய இராணுவத் தினருக்குமிடையில் நடந்த யுத்தத்தின்போது பொதுமக்கள் அடைந்த கடும் இழப்புகள்... அந்த மோதலின் தொடர்ச்சியாக இன்றுவரை இந்தியாவில் ஈழத்துத் தமிழர்கள் சந்தித்துவரும் இன்னல்கள் துயரங்கள், ஈழத் தமிழர்களைச் சதா சந்தேகத்தோடு அணுகும் சராசரி இந்தியனின் மனநிலை, ஈழம் குறித்த இந்தியக் குடிமகனின் மவுனம், அக்கறையின்மை என்று எத்துனை பின்னடைவுகள்? இறுதியில் இந்திய அரசே இலங்கை அரசுக்காக ஒரு போரை வெற்றியாக நடத்தி முடித்திருக்கிறது. இதை எவ்வாறு ஒரு அரசியல் வெற்றியாகக் கொள்ள முடியும்?

இந்த நிகழ்வுகளின் மூலமே புலிகள் ஒற்றை இயக்கமாக உருவெடுத்தார்கள், துரோகத்தின் அளவைப் பொறுத்து மற்றைய இயக்கங்களின் மீது இயக்க சர்வாதிகாரம் செய்தார்கள் என்பதெல்

லாம் சரியற்ற கருத்துகள். கம்யூனிஸ்ட் கட்சிகளையும் சாதியொழிப்பு இயக்கங்களையும் ஈழப்புலத்தில் எதற்காகப் புலிகள் தடை செய்தார்கள்? அவர்களும் துரோகிகள் என்றா சொல்வீர்கள்? மக்கள் ஆதரவுடன் புலிகள் ஒற்றை இயக்கமாகத் தலைதூக்கவில்லை. ஆயுத வன்முறை, அமிர்தலிங்கம் படுகொலை, பத்மநாபா படுகொலை போன்ற எண்ணற்ற சூழ்ச்சிகள் மூலமாகவே அவர்கள் ஒற்றை இயக்கமாக உருவெடுக்க முயன்றார்கள். புலிகள் தமது இயக்கத்தின் பிறப்பிலிருந்தே மையப்படுத்தப்பட்ட அதிகாரம் ஒற்றைத் தலைமை, மாற்று அரசியல் போக்குகளைக் கொன்றொழிப்பது என்ற குறிக்கோளுடனேயே இயங்கி வந்திருக்கிறார்கள். மற்றைய இயக்கங்கள் மீதான அவர்களது தாக்குதல் என்பது 1982ல் புதியபாதை சுந்தரத்தின் கொலை, 1984ல் டெலா இயக்கத் தலைவர் ஒபராய் தேவனைக் கொன்றது, அதே ஆண்டில் மனோ மாஸ்டரைக் கொன்றது, 1985ல் டெலி இயக்கத்தின் தலைவர் ஜெகனைக் கொன்றது என வளர்ந்து வந்திருக்கிறது. நீங்கள் சொல்வதுபோல அந்த இயக்கத்தின் போக்கு மக்களின் விடுதலையை ஆதரிப்பதாயிருந்தால் அவர்கள் ஏன் தமது சொந்த மக்களையே கொன்று போட்டார்கள்? இஸ்லாமியர்களைக் கட்டிய துணியுடன் விரட்டியடித்ததும், சிங்களப் பொதுமக்களின் மத்தியில் குண்டுகளை வெடிக்க வைத்ததும், இறுதியில் லட்சக்கணக்கான மக்களை முள்ளிவாய்க்காலில் பணயக்கைதிகளாகப் பிடித்து வைத்திருந்ததும் எதற்காக? அங்கிருந்து தப்பிவந்த அப்பாவித் தமிழர்களை ஏன் சுட்டுக்கொன்றார்கள்? பிரபாகரன் ஒரு விடுதலை இயக்கத் தலைவராக எப்போதும் இருந்தது கிடையாது. வேண்டுமானால் அவர் சூழ்ச்சித் திறன் வாய்க்கப்பெற்ற ஈவிரக்கமே அற்ற ஒரு யுத்தப் பிரபு என்று வைத்துக்கொள்ளுங்கள். எனது இந்த மதிப்பீடு எனது வன்மத்திலிருந்து வருவதல்ல, முள்ளிவாய்க்காலில் எனது மக்கள் அழுத கண்ணீரிலிருந்தும் சிந்திய இரத்தத்திலிருந்தும் வருவது.

ஈழப் போராட்ட வரலாறு முழுவதும் புலிகள் எண்ணற்ற மனித உரிமை மீறல்களை நடத்தி முடித்திருக்கின்றார்கள். இஸ்லாமிய மக்களை வடபுலத்தை விட்டுத் துரத்தியது, பள்ளிவாசல்களை கொலைக்களங்களாக மாற்றியது, அப்பாவி சிங்கள மக்கள் மத்தியில் தாக்குதல்களை நடத்தியது, விமர்சனங்களை சகித்துக்கொள்ள முடியாமல் மாற்றுக் கருத்தாளர்களைக் கொன்றொழித்தது என்று ஏகப்பட்ட ஜனநாயக விரோத செயல்கள் அங்கு நடந்தன.

அதேவேளையில் இயக்கத்தின் தொடக்க காலத்திலிருந்தே பிரபாகரனிற்கு எதிரான குரல்கள் இயக்கத்திற்கு உள்ளே இருந்தும் ஒலிக்கத் தொடங்கிவிட்டன. அந்தக் குரல்கள் மிகக் கடுமையான முறையில் ஒடுக்கப்பட்டன. 1976ல் பிரபாகரனால் கொல்லப்பட்ட மைக்கேல், பற்குணம் என்று தொடங்கி வெருகல் படுகொலைகள் வரை இதற்குத் தனியான ஒரு பட்டியல் உள்ளது. விமர்சனங்களை சகித்துக்கொள்ளாத பண்பு, மாற்றுக் கருத்துக்களையும், மாற்று அரசியல் இயக்கங்களையும் அனுமதிக்காத பண்பு போன்றவை தமிழீழ விடுதலை என்ற பெயரால் முன்னெடுக்கப்பட்டன. ஆனால் அங்கு தலித் விடுதலை பேசுவதற்கான எல்லா நியாயங்களும் இருந்தன. தொழிற்சங்கம் இயங்குவது என்பது ஒரு நாட்டில் அவசியமானது. ஆனால் விடுதலைப் புலிகளின் ஏகப் பிரதிநிதித்துவத்தால் தொழிற்சங்கங்கள் தடை செய்யப்பட்டன. தீண்டாமை ஒழிப்பு வெகுஜன இயக்கத்தால் இயங்க முடியவில்லை. விடுதலைப் புலிகளைத் தவிர வேறு எந்தக் கட்சிகளும் இயங்க முடியவில்லை. விடுதலைப் புலிகளிடம் நாங்கள் என்ன அதிகபட்சம் கேட்டோம்? பேசுவதற்கு, எழுதுவதற்கு, கூட்டம் நடத்துவதற்கு, கட்சி கட்டுவதற்கு உரிமை கொடுங்கள் என்றுதான் கேட்டோம். அவை வழங்கப்படவில்லை.

அயர்லாந்தை எடுத்துக்காட்டக் கூறி 1912ம் வருடத் தேர்லில் சின்பி கட்சி வெற்றி பெற்றதையும் அந்த வெற்றியின் அடிப்படையில்தான் இன்றுவரை அந்தக் கட்சியை உலகம் அயர்லாந்து மக்களின் பிரதிநிதிகளாகக் கருதுகிறார்கள் என்றும் சொல்லி அதை 1977 தமிழர் விடுதலைக் கூட்டணியினரின் வெற்றியோடு ஒப்பிட்டுச் சொன்னீர்கள். தமிழர் விடுதலைக் கூட்டணியினரின் தலைவர்களான அ.அமிர்தலிங்கத்தையும், யோகேஸ்வரனையும், சரோஜினி யோகேஸ்வரனையும், நீலன் திருச்செல்வத்தையும், மேயர். சிவபாலனையும் கொன்றது யார்? இலங்கை அரசா கொன்றது? புலிகள்தானே அவர்களைக் கொன்றார்கள். அயர்லாந்தில் விழித்திருக்கும் உங்களைப் போன்றவர்களின் கண்கள் ஈழத்தில் மூடிக்கொள்வதுதான் வருத்தமாயிருக்கிறது.

இப்போதும் எப்போதும் தமிழகம் என்பது ஈழப் போராட்டத்தின் மிகப்பெரிய ஆதரவு சக்தி. ஆனால் ஒரு சில குரல்களைத் தவிர எப்போதும் தமிழகத் தோழர்கள் புலிகளுக்கு நிபந்தனையற்ற

ஆதரவையே வழங்கி வந்திருக்கிறார்கள். எங்களுடைய வருத்தம் எல்லாம், இந்தப் போராட்டத்தை விமர்சிக்க வேண்டிய தருணங்களிலே தமிழகத் தோழர்கள் அதை செய்யத் தவறினார்கள் என்பதுதான். ‘முஸ்லீம்களை வெளியேற்றியது தவறு, சகோதரப் படுகொலைகள் தவறு, ஏகாதிபத்திய ஆதரவுப் பார்வைத் தவறு’ என்று நியாயமான விமர்சனங்களை புலிகளை நோக்கித் தமிழகத்துத் தோழர்கள் உரிய நேரத்தில் வைத்திருந்தால் இன்று ஈழப் போராட்டம் இவ்வளவு மோசமாகச் சீரழிந்திருக்காது என்றே நான் கருதுகிறேன். இந்திய இஸ்லாமியர்களின் உரிமைகளிற்காகவும் சனநாயகத்திற்காகவும் மானுட விழுமியங்களிற்காகவும் சாதி யொழிப்பிற்காகவும் ஏகாதிபத்தியங்களுக்கு எதிராகவும் இந்திய அரசியலில் தமது குரல்களை ஓங்கி ஒலிப்பவர்களின் குரல்கள் ஈழம் என்று வரும்போதும், புலிகள் என்று வரும்போதும் அந்தர் பல்டியடித்து மென்று முழுங்குவதையும், ஒரு பாஸிஸ்டை உலகத் தமிழர்களின் தலைவனாக முன்னிறுத்துவதையும் மாண்டவர் மீண்டுவருவார் என ஊக அரசியல் செய்வதையும்தான் நம்மால் சகித்துக்கொள்ள முடியவில்லை.

தியாகு:

புலிகள் இயக்கத்தைக் கொண்டு சென்ற பாதையாக இருந்தாலும் சரி, அதன் மீதான விமர்சனமாக இருந்தாலும் சரி... அடிப்படையில் ஈழ விடுதலை என்ற குறிக்கோளுக்கு மாறாக அமைய வேண்டிய தேவையில்லை. ஒரு சாதாரண கேள்வி... புலிகள் சரியில்லை என்றால் வேறு ஓர் இயக்கம் வந்து போராட வேண்டியதுதானே? அவர்களைவிட சிறப்பாகப் போராடி ஜெயிக்க வேண்டியதுதானே? இதுதான் இயல்பாக எழக்கூடிய கேள்வி. நீங்கள் சொல்கிற ஜனநாயக மறுப்பு என்கிற குற்றச்சாட்டை அறுதியாக, இறுதியாக நான் ஏற்றுக்கொள்ளவில்லை. புலிகளின் கட்டுப்பாட்டுப் பகுதிக்குள் போய்வந்த தலைவர்கள் பலபேர் தமிழ்நாட்டில் இருக்கிறார்கள். போர்நிறுத்த காலத்தில் புலிகளின் ஆட்சி செயற்பாடுகள், ஓர் இடைக்கால நிர்வாகத்தை ஏற்படுத்துவதற்காக அவர்கள் கொடுத்த முன்வடிவுகள் இவை எல்லாம் மக்களின் ஆதரவைப் பெற்றிருந்தும் கூட அரசினால்தான் மறுக்கப்பட்டன.

தமிழ்த்தேசியக் கூட்டமைப்பைப் பார்த்தீர்கள் என்றால், அதில் இருந்தது எல்லாமே ஏற்கெனவே சகோதரப் படுகொலைக்கு

ஆளானதாகச் சொல்லப்பட்ட அமைப்புகள்தான். அதே அமைப்புகளைச் சேர்ந்த முக்கியமான தலைவர்கள், புலிகள் எல்லோரும் சேர்ந்து பேசித்தான் இணைந்து செயல்பட்டார்கள். அவர்களுக்குள் என்ன பேச்சுவார்த்தை நடந்தது, என்னவிதமான உடன்பாட்டுக்கு வந்தார்கள் என்பதெல்லாம் நமக்குத் தெரியாது. ஆனால் அவர்கள் ஏற்றுக்கொண்டுதான் இணைந்தார்கள். இப்போது சிவாஜிலிங்கம் இருக்கிறார் என்றால் அவர் சிறீ சபாரத்தினத்தின் தோழர்தான். பிரேமச்சந்திரன், பத்மநாபாவின் தோழர். சம்பந்தனோ மற்றவர்களோ அமிர்தலிங்கத்துடன் இருந்தவர்கள்தான். ஆக அவர்களும் ஏற்றுக்கொள்ளுகிற அளவுக்குப் புலிகள் இருந்தார்கள். பொங்குதமிழ் இயக்கம் போன்றவை நடந்தன, புலிகளின் கட்டுப்பாடில்லாத இடங்களில் கூட அவற்றை நடத்தியது... இதையெல்லாம் வைத்துப் பார்க்கும்போது புலிகள் முற்றிலுமாக ஜனநாயகத் தன்மை அற்றவர்கள் என்று சொல்ல முடியாது. இதைவிட கூடுதலான ஜனநாயகம் இருந்திருந்தால் நன்றாக இருந்திருக்கும் என்று கருதுவது வேறு. அதேபோல இஸ்லாமியர்கள் மீதான புலிகளின் அணுகுமுறையில் எங்களுக்கும் விமர்சனங்கள் இருக்கின்றன. நாங்கள் விமர்சிக்கவே இல்லை என்பதெல்லாம் இல்லை. நான் 91-ல் திலீபன் மன்றம் தொடங்கிய போது அதன் தொடக்க உரையில் புலிகளின் இராணுவவாதப் பிழைகளைப் பற்றிப் பேசியிருக்கிறேன். எந்த விமர்சனமும் இல்லாமல் கண்ணை மூடிக்கொண்டு யாருக்கும் ஆதரவு கொடுக்க முடியாது. பிழையாப் பெருமை படைத்தவர்கள் என்று யாரும் இல்லை. இதை பிரபாகரன் பற்றிய எனது ஒரு கட்டுரையில் கூட குறிப்பிட்டு எழுதியிருக் கிறேன்.

அடிப்படையில் ஒரு செய்தியை நாம் புரிந்துகொள்ள வேண்டும். பாரதிராஜா படம் எடுக்கும் போது தனது கதைக்குப் பொருத்தமான கதாநாயகன், இப்படியான முகத்துடன், இப்படியான நிறத்துடன், இப்படிப்பட்ட உடல் அமைப்புடன் இருக்க வேண்டும் என்று தேடிப் பிடிப்பது போல உலகத்தில் ஓர் ஆதர்ச விடுதலை இயக்கம் இப்படித்தான் இருக்க வேண்டும் என்று தேடிப்பிடிக்கும் உரிமையை வரலாறு நமக்கு கொடுக்கவில்லை. எது விடுதலை இயக்கமாக அந்த மக்கள் மத்தியில் பரிணமித்து வளர்கிறதோ அதை ஏற்றுக்கொண்டு தான் செயல்பட்டாக வேண்டும். எனவே பகைவனோடு சமரசமின்றிப் போராடுகிறபோது, கொடிய பாசிச எதிரிகளான

சிங்களப் பேரினவாதத்தையும், இந்திய வல்லாதிக்கத்தையும் எதிர்த்துப் போராடுகிற ஒரு கட்டாயம் ஏற்படுகிறபோது, அதனுடைய எதிர்விளைவாக நம்மிடம் ஜனநாயக மறுப்புப் போக்கு உருவாவதற்கான எல்லா வாய்ப்புகளும் இருக்கின்றன. அதையும் எதிர்த்துப் போராடியாக வேண்டும். அப்படிப் போராடினால்தான் நம் பின்னால் மக்களைத் திரட்ட முடியும். இராணுவவாதப் பிழைகள் என்பது ஒரு முழு உருவம் பெற்று, அளவு மாற்றம் பண்புமாற்றத்தை உண்டு பண்ணுகிற மாதிரி, இராணுவவாதமே இயக்கமாக மாறிப்போனால் அப்புறம் நம்மால் ஒன்றும் செய்ய முடியாது. அப்படி எதுவும் நடந்துவிட்டதாக நான் கருதவில்லை. இராணுவவாதப் பிழைகள் இருந்தன என்பது உண்மை என்றாலும் அடிப்படையில் அது ஒரு மக்கள் விடுதலை இயக்கமாக, மக்கள் அரசியல் சக்தியாகத்தான் உருப்பெற்றது. ஒவ்வொரு நிகழ்ச்சியாக எடுத்து வைத்துக்கொண்டு இது இப்படி இது இப்படி என்று சொல்ல முடியாது. அதேபோல ஆட்சிமுறை என்று வருகிறபோது, போர்க்கால ஆட்சிமுறைக்கென்று சில தனித்தன்மைகள் இருக்கின்றன. ஏனெனில் இப்போது சொல்லக்கூடிய விமர்சனங்கள் எல்லாமே இரண்டாம். உலகப்போருக்கு முந்தைய காலத்திலும், இரண்டாம் உலகப் போர்க் காலத்திலும் ஸ்டாலினுக்கு எதிராகச் சொல்லப்பட்ட திறனாய்வுகள்தான்.

அன்னா லூயி ஸ்ட்ராங் எழுதிய 'ஸ்டாலின் சகாப்தம்' புத்தகத்தை நாம் படித்துப் பார்க்கிற பொழுதுதான் சில செய்திகள் விளங்கும். மக்களைப் பெருமளவிற்கு இடம் பெயர்த்து அழைத்துச் செல்வது என்பதை ஸ்டாலின் செய்தார். அவர் எல்லையோரத்தில் இருந்த யூத மக்களை மலைக்குப் பெயர்த்தார் என்று ஒரு பெரிய விமர்சனம் உண்டு. ஆனால் பின்பு அதை நியாயப்படுத்தினார்கள். ஏனென்றால் ஜெர்மன் படை நுழையும் போது தடுத்து நிறுத்துகிற சக்தி இல்லாத நிலையில், முதலில் அவர்கள் யூதர்களைத்தான் கொல்வார்கள். யூதர்களைப் பாதுகாக்க வேண்டும் எனில் அவர்களைத் தொலைவில் கொண்டுபோய்தான் வைக்க வேண்டும் என்று விளக்கம் சொல்லப் பட்டது. அதேபோல் போலந்தின் மீது ஸ்டாலின் படையெடுத்தது சரியா தவறா என்ற விமர்சனங்களும் நிறைய இருந்தன. இவை எல்லாமே தனித்தனியாக ஆராய்ந்து பேசப்பட வேண்டிய செய்திகள். ஆனால் மொத்தத்தில் பாசிசத்திலிருந்து உலகத்தைக் காப்பாற்று வதற்காக செயற்பட்டார்கள் என்பதை ஒத்துக்கொண்டுதான்

மற்றதைப் பேச வேண்டும். அந்த முறையில்தான் நான் இதைப் பார்க்கிறேன். மற்றபடி நீங்கள் சொன்னது மாதிரி அவர்களுக்குள்ளிருந்தும், வெளியில் இருந்தும் இதைப்பற்றி எல்லாம் விமர்சனங்கள் வந்திருக்கும்.

முஸ்லீம்களைப் பொறுத்தவரைக்கும் நான் இரண்டு செய்திகளைச் சொல்ல விரும்புகிறேன். யாழ்ப்பாணத்திலிருந்து வெளியேற்றப் பட்ட நடவடிக்கையாக இருந்தாலும் சரி, அல்லது தொழுகை நடக்கும் இடங்களில் நடந்த தாக்குதலாக இருந்தாலும் சரி... இரண்டையும் நான் சிறிதும் ஏற்றுக்கொள்ளவில்லை. அதேநேரம் அப்படி முஸ்லீம்களை வெளியேற்றிய நடவடிக்கைக்காக புலிகள் பின்பு வருத்தம் தெரிவித்திருக்கிறார்கள். இதுகுறித்து அவர்களுடன் விவாதித்த போது சில காரணங்களைச் சொல்லி விளக்கமும் சொன்னார்கள். இன்னும் சொல்லப்போனால் புலிகளை மிகக் கடுமையாக விமர்சிக்கக்கூடிய வேறு சில குழுக்கள், இதைவிடக் கூடுதலாக முஸ்லீம்கள் மீது நடவடிக்கை எடுக்க வேண்டும் என்று சொன்னார்கள். அந்த அளவுக்கு ஒவ்வொரு அமைப்புக்குள்ளேயும் முஸ்லீம் விரோதப்போக்கு என்பது ஊறியிருந்தது. இதை நானே பலருடன் நேரில் பேசியபோது பார்த்திருக்கிறேன். காரணம், எப்போதும் ஒரு விடுதலை இயக்கம் தேவதைகளால் உருவாக்கப் படுவது கிடையாது. எல்லாமே அங்கிருக்கும் மக்களிடம் இருந்துதான் வரும். அந்த எதிர்ப்புணர்வும் அப்படிப்பட்டதுதான். அது மக்களிடம் இருக்கிற காழ்ப்புணர்ச்சியில் இருந்து பிறக்கிறது. தமிழ்நாட்டிலேயே எடுத்துக்கொண்டால் தஞ்சாவூர் மாவட்டத்து கம்யூனிஸ்ட்காரன் இராமநாதபுரத்து தொழிலாளியைப் பார்த்து தெற்கத்தியான் என்பான். கூலிப் போராட்டங்கள் நடக்கிறபோது 'தெற்கத்தியான் வந்துட்டான்' என்பான். பொதுவுடைமை இயக்கத்தில் தெற்கத்தியான், வடக்கத்தியான் எல்லாம் ஏது? இது எல்லாம் மக்களிடம் இருக்கிற பார்வைகள். அப்படியே இயக்கத்திலும் ஒட்டிக்கொள்கிறது. இது போலதான் யாழ்ப் பாணத்துக்காரன் மட்டக்களப்புக்காரனை மட்டமாகப் பேசுவதோ, மட்டக்களப்புக்காரன் இன்னொருத்தனைக் கீழிறக்கி வைத்துப் பேசுவதோ எல்லாமே சாதியக் காழ்ப்புகள் மாதிரி வட்டாரக் காழ்ப்புகள். இதுபோலவேதான் மதக் காழ்ப்புகளும் இருக்கின்றன. இந்த மதக் காழ்ப்புகளையும் சுமந்து கொண்டுதான் அவன் இயக்கத்துக்கு வருகிறான். அதை எல்லாம் நீக்கம் செய்து அவனைப்

படிப்படியாக முன்னேற்றி போராட்டப் போக்கை உணர வைத்து அரசியல் கல்வியூட்ட வேண்டியது நம்முடைய பணி. ஆனால் ஒரு சின்னக் குழுவாக இல்லாமல் ஒரு பெரிய இயக்கமாக வளரும்போது வேறு மாதிரிப் போய்விடுகிறது. நான் முன்பே சொன்னது மாதிரி வரலாறு குறுகிய காலத்தில் பெரிய கடமைகளை அமைப்புகளின் மேல் சுமத்தியது. தமிழக அரசியல் அண்ணனைத் தலைவனாகக் கண்டது என்றால் ஈழத்துத் தமிழ் அரசியல் தம்பியைத் தலைவனாகக் கண்டது எனலாம்.

ஆனாலும் முஸ்லீம்கள் விசயத்தில் பிறகு நிறைய செய்தார்கள். இஸ்லாம் என்பதை ஒரு மதம் என்று மட்டும் கருதாமல் ஓர் இனக்குழுவாகக் கருதி அவர்களது உரிமைகள் குறித்துப் பேச்சுவார்த்தை நடத்தினார்கள். ஆனால் எப்போதுமே சிங்களவன் தமிழர்களையும் முஸ்லீம்களையும் பிரித்தாள்கிற சூழ்ச்சியைக் கையாண்டுகொண்டே இருந்தான். அதற்கு இவர்களும் ஓரளவுக்கு பலியாகி விட்டார்கள். பின்னால், செய்த தவற்றை ஏற்றுக்கொண்டு வருத்தமும் தெரிவித்தார்கள். இன்னொரு காரணியையும் நாம் பார்க்க வேண்டும். முஸ்லீம்கள் மீது தாக்குதல் நடத்திய குழுவினர் தலைமையின் கட்டளைப்படி செயல்பட்டார்களா அல்லது தலைமைக்கு அவப்பெயரை ஏற்படுத்துவதற்காக எதிரியின் கையாட்களாகச் செயற்பட்டார்களா என்பதை எல்லாம் வரலாறுதான் பின்னால் சொல்லும். ஏனென்றால் நான் இந்தக் குற்றச்சாட்டை அப்படியே ஏற்றுக்கொள்ளவும் இல்லை, மறுக்கவும் இல்லை. 'முஸ்லீம் காடையர்கள்' என்று அவர்கள் ஒருமுறை எழுதியிருந்த போது கூட 'ஏன் இப்படி எழுதுகிறீர்கள்?' என்று கேட்டேன். அதற்கு 'என்ன பண்றது... காட்டிக்குடுக்கிறாங்களே?' என்றார்கள். 'சில தமிழர்கள் காட்டிக்கொடுப்பதனால் தமிழ்க் காடையர்கள் என்று எழுத முடியுமா? சிங்களக் காடையர்கள் என்று எழுதுவதுபோலவே முஸ்லீம் காடையர்கள் என்றும் எழுத முடியும் என்றால் தமிழர்களும்தான் காட்டிக்கொடுத்திருக்கிறார்கள்... அவர்களையும் அப்படி எழுத முடியுமா?' என்றெல்லாம் அவர்களிடம் கேட்டிருக் கிறோம். இந்தத் தவறுகளை எல்லாம் அவர்கள் பின்னால் சரி செய்து கொண்டார்கள் என்பது என் நம்பிக்கை. ஏனென்றால் கிட்டு இங்கு இருக்கும்போது இஸ்லாமியக் குழுக்களுடன் பேச்சுவார்த்தை எல்லாம் நடத்தினார்.

ஆனால் இந்திய அமைதிப்படை வருகையின்போது புலிகள் யார் பக்கம் நின்றார்கள் என்பதைப் பற்றிய கருத்தை நான் ஏற்றுக் கொள்ளவில்லை. சிங்கள அரசு என்பது ஒரு வரலாற்று பகைவனாகவும், உடனடி பகைவனாக இந்திய அரசும் நிற்கிற பொழுது, அதை சிங்கள அரசு என்று தனித்துப் பிரித்துப் பார்க்க வேண்டியதில்லை. இந்திய-இலங்கை ஒப்பந்தத்தை தமிழ் மக்களும் எதிர்த்தார்கள்; சிங்கள மக்களும் எதிர்த்தார்கள். சிங்கள மக்களின் எதிர்ப்பு என்ற அந்தக் காரணியைப் பயன்படுத்தி இந்தியப் படையை வெளியேற்றுவது என்ற முடிவுக்கு வரும்போது அதை அரசின் வழியாகத்தான் பேச முடியும். புலிகள் அதைத்தான் செய்தார்கள். அதேபோல புலிகளின் இந்த நடவடிக்கைக்கு பிரேமதாசா ஒத்துழைத்தார் என்றால், அவருக்கும் ஒரு கணக்கு இருந்தது. இந்தியப் படையை வெளியேற்றுவதன் மூலம் சிங்களர்களின் ஆதரவைப் பெற அவர் நினைத்தார். இந்தியப் படையை வெளியேற்றிவிட்டால் புலிகளைத் தன்னால் ஒழித்துக்கட்ட முடியும் என்று நம்பினார். அதனால் புலிகளின் அந்த ராஜதந்திர நடவடிக்கையை வைத்து சிங்கள அரசுக்கு ஆதரவாகப் போய் விட்டார்கள் என்று கருத முடியாது. குறிக்கோளைக் கைவிட்டால் தான் அம்மாதிரியான விமர்சனங்களை வைக்க முடியும். ஆனால் அவர்கள் சிங்கள அரசுடன் பேச்சுவார்த்தை நடத்திய போதும் சரி, இந்திய அரசோடு பேசிய போதும் சரி... கோரிக்கைகளைக் கைவிடவில்லை. ஒரு எழுத்தாளர் புலிகளை பற்றி எழுதும்போது The invincibility of the Tigers lies in their survivability என்று குறிப்பிடுகிறார். எந்தச் சூழலிலும் பிரபாகரன் எதிரியிடம் தப்பிப் பிழைப்பவராகவும், எடுத்துக்கொண்ட குறிக்கோளில் அழுத்தமான பிடிவாதத்தோடும் இருந்தார். எனவேதான் மக்களுக்கு அவர்கள் மீது எத்தனையோ கோபங்கள் இருந்தாலும் 'இவன் ஒருவன்தான் குறிக்கோளைக் கைவிடாத தலைவன்' என்று நம்புகின்றனர். இந்த நம்பிக்கைதான் புலிகள் மீண்டும், மீண்டும் பலம்பெற்று எழுந்து வருவதற்கான காரணமாக இருக்கிறது. இப்போதும் நான் அதை நம்புகிறேன். அவர்கள் தங்கள் குறிக்கோளில் தொடர்ந்து தெளிவாக இருப்பார்களேயானால் இந்த இழப்பு, தோல்விகளுக்கெல்லாம் பிறகும் மீண்டும் பலம்பெற்று எழுவார்கள். அதில் சந்தேகமே இல்லை.

ஷோபாசக்தி:
முஸ்லீம்கள் விசயத்தில் புலிகள் பிறகு நிறையச் செய்தார்கள் எனச் சொல்வது சரியாகாது தோழர். முஸ்லீம்களை வெளியேற்றிய பின்பு பள்ளி வாசல்களில் தொழுகையிலிருந்த நூற்றுக்கணக்கான முஸ்லீம்களைக் கொன்று போட்டது, முஸ்லீம் விவசாயிகளின் நிலங்களைப் பறித்துக்கொண்டது, கொள்ளையிட்டது, இஸ்லாமியர் களுக்கு எதிரான இனப் பகைமையை தமிழ் மக்களிடம் வளர்த்தெடுத்தது என்பவற்றைத் தவிர வேறெதையும் புலிகள் இஸ்லாமியர்களிற்குச் செய்துவிடவில்லை. அவர்கள் வடக்குக் கிழக்கில் தங்களை மட்டுமே ஏகப்பிரதநிதித்துவச் சக்திகளாகக் கறாராக அறிவித்துக்கொண்டது அந்தப் புலங்களில் இயங்கிவந்த முஸ்லீம் அரசியல் இயக்கங்களின் இருப்பையே மறுதலிக்கும் வேரறுக்கும் செயலன்றி வேறென்ன?

முஸ்லீம்களை விரட்டியதற்காகப் பின்பு புலிகள் பாவமன்னிப்புக் கேட்டார்கள் எனச் சொல்லப்படுகிறது. போகிற போக்கில் அங்கொன்றும் இங்கொன்றுமாக வருத்தம் தெரிவிக்கப்பட்டபோதும் புலிகளின் தலைமை இதுவரை அந்த வரலாற்றுத் தவறுக்குப் பொறுப்பெடுத்து மன்னிப்புக் கேட்டதில்லை. 18 வருடங்கள் வடபுலத்து முஸ்லீம்கள் தெற்கில் அகதிகளாய் துன்பத்தில் உழன்றுகொண்டிருந்த போதிலும் அவர்களை வடபுலத்தில் மீளவும் குடியேறலாம் எனப் புலிகளின் தலைமை ஒருபோதும் அறிவித்த தில்லை. தங்களுடைய தவறுகளிற்கு உண்மையிலேயே புலிகள் வருந்தியிருந்தால் முஸ்லீம்கள் மறுபடியும் வடக்கில் குடியேறுவதில் தடையேதும் இல்லையென்றல்லவா அவர்கள் அறிவித்திருக்க வேண்டும். அவர்கள் அதைச் செய்யவில்லை. இறுதிவரை புலிகளின் கட்டுப்பாட்டுப் பிரதேசங்களுக்குள் தனியொரு முஸ்லீம் நுழைவதுகூடப் புலிகளால் தடுக்கப்பட்டிருந்தது. தனது வரலாற்றுத் தவறிற்கு பிராயச்சித்தத்தைத் தேடிக்கொள்ளாமலேயே புலித் தலைமை ஒழிந்துபோனது என்பதுதான் உண்மை.

முஸ்லீம்களை ஒரு இனமாகப் புலிகள் அங்கீகரித்தார்கள் என்பதெல்லாம் மிகத் தவறான செய்தி. தங்களைத் தனித் தேசிய இனமாகவும் தனி அரசியற் சக்தியாகவும் முஸ்லீம்களே பெரும் போராட்டத்தினூடு தங்களை நிறுவிக்கொண்டார்கள். இதுகுறித் தெல்லாம் புலிகள் கடுப்புடனேயே இருந்தார்கள். அவர்களது

உத்தேசத் தமிழீழத்தில் இஸ்லாமியர்களிற்கான சிறப்புரிமைகள் என்ற பேச்சுகள் வரும்போதெல்லாம் பகலில் காதுகளை மூடிக்கொண்டவர்கள் இரவுகளில் அவ்வாறு பேசியவர்களைத் துப்பாக்கியோடு சந்தித்தார்கள். நூற்றுக்கணக்கான முஸ்லீம்கள் புலிகளால் கொல்லப்பட்டார்கள். 2006ல் கூட மூதூரிலிருந்த முஸ்லீம்கள் புலிகளால் கூட்டுப்படுகொலை செய்யப்பட்டு எஞ்சியவர்கள் விரட்டப்பட்டார்கள். இவற்றையெல்லாம் இயல்புப் போக்கில் நடந்த தவறுகள், புலிகளின் தலைமைக்குத் தெரியாமல் நடந்திருக்கக்கூடிய தவறுகள் எனச் சொல்வது நீதியானதல்ல. இவை ஒரு விடுதலை இயக்கத்தின் பண்புகளல்ல. இவை இனவெறியர் களின் அக்கிரமங்கள்.

அதேபோல செல்வம் அடைக்கலநாதனும், சம்மந்தரும், சுரேஸ் பிரேமச்சந்திரனும் தமிழ்த் தேசியக் கூட்மைப்பு என்ற பெயரில் புலிகளுக்கு ஆதரவு வழங்குவதால் புலிகள் டெலோ இயக்கத் தோழர்களையும் ஈ.பி.ஆர்.எல்.எவ். தோழர்களையும் அமிர்தலிங்கத் தையும் கொன்றது சரியென்று ஆகிவிடாது. அதேபோல அந்த இயக்கங்கள் இப்போது புலிகளுக்கு ஆதரவாயிருக்கிறார்கள் என்று பொருளும் ஆகாது. அந்த இயக்கங்கள் சிதைந்துவிட்டன. செல்வம் போன்ற சில பச்சோந்தித் தலைவர்களை முன்னிறுத்தி டெலோவே புலிகளை ஆதரிப்பது போன்ற ஒரு மயக்கத்தைச் சித்திரிப்பது சரியாகாது. இந்த இயக்கங்கள் சிதைந்திருந்தாலும் பலவீனமான நிலையிலும் இந்த ஒவ்வொரு இயக்கத்திலும் இரண்டுக்கு மேற்பட்ட பிரிவுகள் இயங்கிக்கொண்டுள்ளன. அதில் ஒரு சிறுபகுதி புலிகளை ஆதரிக்கிறார்கள். அவ்வாறு ஆதரிப்பவர்கள் புலிகளின் சனநாயக மறுப்புகளிற்கு எதிராக உங்கள் அளவுக்குத் தன்னும் பேசத் தயாரில்லை. தங்கள் சொந்த இருப்புகளிற்காக அவர்கள் புலிகளின் கால்களை நக்கிக் கிடந்தார்கள். புலிகளின் காலம் முடிந்தவுடன் மறுபடியும் எதிர்ப்பட்டவரை எல்லாம் அவர்கள் நக்கத் தொடங்கிவிட்டார்கள். இவ்வளவு காலமாகப் பிரபாகரன் புகழ்பாடிக்கொண்டிருந்த தமிழ்த் தேசியக் கூட்டமைப்பின் நாடாளுமன்ற உறுப்பினர் கிஷோர், ராஜபக்சேவின் கையிலுள்ள இரத்தக்கறை காயுமுன்னமே அவரைக் கண்டு கட்டித்தழுவிப் பிறந்தநாள் வாழ்த்துச் சொல்லியிருக்கிறார். சுவிஸில் நடைபெற்ற தமிழ்க் கட்சிகளின் கூட்டத்தில் அரசு ஆதரவுக் கட்சிகளோடு தமிழ்த் தேசியக் கூட்டமைப்பினரும் பங்கெடுத்திருக்கிறார்கள். அவர்கள்

அங்கே பங்கெடுத்தது தவறு என்பதல்ல நான் சொல்ல வருவது. இவை நக்குகிற நாய்கள். இவைகளுக்குச் செக்கென்றும் இல்லை சிவலிங்கமென்றும் இல்லை. எனவே இவர்கள் புலிகளிற்கு ஆதரவு தெரிவித்ததால் புலிகள் சரியானவர்கள் என்றும் மற்றைய இயக்கங்கள் துரோகிகள் என்றும் எதிர்வை கட்டமைக்க முயல்வது சரியானதல்ல.

இலங்கை அரசு ஒரு இனவாத அரசு, அது நடத்தி முடித்திருப்பது ஒரு இனப்படுகொலை, ராஜபக்சேயின் அரசு தண்டிக்கப்பட வேண்டிய அரசு என்பதிலெல்லாம் எனக்கோ உங்களுக்கோ இம்மியளவும் கருத்து வேறுபாடில்லை. ஈழப் போராட்டத்தில் இந்திய அரசு தன்னுடைய நலன்களை முன்னிறுத்திச் செய்த சதிகள், போரில் இந்தியாவின் நியாயமற்ற தலையீடு போன்றவற்றிலும் நமக்குள் கருத்து வேறுபாடு கிடையவே கிடையாது. ஆனால் இலங்கை-இந்திய அரசுகளின் இந்த அரச பயங்கரவாதச் செயற்பாடுகளை முன்னிறுத்திச் சுற்றிவளைத்துப் புலிகளின் அரசியலைப் பாதுகாக்க என்னால் முடியாது. புலிகள் தங்களின் அரசியல் வரலாற்றின் ஒவ்வொரு பக்கங்களிலும் நிகழ்த்தி வைத்திருக்கின்ற மிருகத்தனமான, மனித விழுமியங்களிற்கு நேரெதிரான அதிகார அரசியலையும் பாசிசச் செயற்பாடுகளையும் தவிர்த்துவிட்டு புலிகளிற்குள் புரட்சிகர அரசியலைத் தேடுவது, தந்தை பெரியார் சொன்னதுபோல ‘மலத்திற்குள் அரிசி பொறுக்கும் வேலை’.

குறிப்பாக யுத்தத்தின் இறுதி மாதங்களில் மூன்று லட்சத்துக்கும் அதிகமான மக்களை புலிகள் பணயக் கைதிகளாகப் பிடித்து வைத்திருந்தார்கள் என்பது பல தரப்பினரும் ஒப்புக்கொள்ளும் உண்மை. அய்.நா-வும் சர்வதேச மனித உரிமைகள் கண்காணிப் பகமும் பெப்ரவரி 2009 முதல் இதைக் கண்டித்து அறிக்கைகளுக்கு மேல் அறிக்கைகளாக வெளியிட்டுக்கொண்டிருந்தன. அந்த மக்களும் தமிழீழம் என்பதை அடிமனதில் விரும்புகிறவர்களாகவே இருந்திருக்கக்கூடும். ஆனால் கொடுமையான யுத்தப் பகுதியில் இருந்து வெளியேறி இந்தியாவுக்கோ, வெளி நாடுகளுக்கோ, இலங்கையின் வேறு பகுதிகளுக்கோ சென்று வாழ விரும்புவது அவர்களின் உரிமை. அதை மறுத்து, துப்பாக்கி முனையில் அவர்களை மனிதக் கேடயமாக்கிது மிகத் தவறான ஒரு செயல்.

விடுதலைப் புலிகள் கடைசிவரையில் தங்கள் கொள்கையில் உறுதியாக இருந்தார்கள் என்று நீங்கள் சொல்லும் காரணத்துக்காக அப்பாவி மக்களை மனிதத் தடுப்பரண்களாக நிற்கவைத்து, மண்மூடைகளாக அடுக்கிவைத்து இலங்கை அரச படைகளின் பீரங்கிகளுக்குத் தின்னக்கொடுத்ததை எந்த வகையிலும் ஏற்றுக்கொள்ள முடியாது. புலிகள் தங்கள் கொள்கையில் உறுதியாக இருந்தார்கள் என்று சொல்வதுகூட சரியான கூற்றல்ல. மே 15ல் அவர்கள் ஆயுதங்களைக் கீழே வைத்துச் சரணடைவதாக அறிவித்த போது அரசு அதை ஏற்றுக்கொள்ளவில்லை என்பதே உண்மை.

புலிகளின் அத்தனை மனித விரோதச் செயல்களையும் புலிகளின் இலட்சிய உறுதியென்ற சொல்லாடலால் முடிமறைத்து புலிகளின் இலட்சிய உறுதியைத் திறந்து காண்பிக்கும் ஒரு தங்கத் திறவு கோலாக இன்று புலித் தலைவரின் களச் சாவு முன்னிறுத்தப் படுகிறது. கொல்லப்படவிருக்கும் சூழலில் சரணடைவதாலோ கைது செய்யப்படுவதாலோ ஒரு தலைவனதோ போராளியினதோ வரலாற்றுப் பாத்திரத்தில் களங்கம் ஏற்பட்டுப் போய்விடும் என நான் கருதவில்லை. சாவேஸ், பிடல் காஸ்ட்ரோ, சே குவேரா, லுமும்பா, ரோகண விஜேவீர இவர்கள் எல்லோருமே கைதானவர்கள்தான். பின்னையவர்கள் மூவரும் கைதான நிலையில் கொல்லப்பட்டவர்கள். முன்னவர்கள் இருவரும் சிறையிலிருந்து மீண்டு மறுபடியும் தமது அரசியலை வெற்றிகரமாகக் கட்டி யெழுப்பியவர்கள். சரணடைவது, கைதாவது எல்லாம் அவமானகரமானவை என்பது புலிகள் கற்பித்த சிந்தனை. குப்பிக் கலாசாரத்தின், கரும்புலிக் கலாச்சாரத்தின் சிந்தனை நீட்சியது. மே பதினைந்தில் புலிகள் ஆயுதங்களை மவுனிக்கச் செய்வதாக அறிவித்தார்கள். அதாவது மூன்று கிலோமீட்டர் சுற்றளவுக்குள் முடக்கப்பட்ட நிலையில், இலங்கை அரசு போர்நிறுத்தத்தை நிராகரித்த நிலையில் ஆயுதச் செயற்பாட்டை நிறுத்துகிறோம் என்று அறிவித்ததிற்கு சரணடைவு என்றுதான் பெயர். புலிகளின் அரசியற் பிரிவுத் தலைவரே சரணடைவுக்குத் தலைமைதாங்கிச் சென்றபோது கொல்லப்பட்டிருக்கிறார். ஆயுதச் செயற்பாட்டை நிறுத்திச் சரணடையச் சென்றவர்களை ராஜபக்சே அரசு கொன்றது போர்க் குற்றம். புலிகளை மட்டுமல்லாமல் அவர்களது குடும்ப உறுப்பினர் களையும் குழந்தைகளையும் கொன்றது காட்டுமிராண்டித்தனம். ஒட்டுமொத்தமாக இயக்கமே சரணடைந்த நிலையில்தான்

பிரபாகரனின் மரணம் நிகழ்ந்திருக்கிறது என ஆதாரங்களை அடுக்கி நிரூபித்து பிரபாகரனின் விசுவாசிகளைப் புண்படுத்துவதோ ஆத்திரப்படுத்துவதோ எனது நோக்கமல்ல. இந்தச் சரணடைவு அறிக்கை, நடேசன் தலைமையிலான சரணடைவு எல்லாவற்றையும் அப்படி எதுவுமே நடவாதது போல பாவனை செய்து கொண்டு இறுதிவரை போராடிக் களத்திலே தலைவர் விழுந்தார் என்று அவர்கள் சொல்வதைக் கூட அனுதாபத்துடன் நான் புரிந்து கொள்கிறேன். ஆனால் அதைச் சொல்லிக்கொண்டே அதன் பெயரால் புலிகள் மக்களை மனிதத் தடுப்பரண்களாய் நிறுத்தி வைத்ததையும் தப்பிச் செல்ல முயன்றவர்களைக் கொன்றதையும் நியாயப்படுத்துவதை அனுமதிக்கவே முடியாது. பிரபாகரனின் உயிர் மட்டும்தானா பெறுமதியானது? பிரபாகரனால் மனிதத் தடுப் பரண்களாக நிறுத்தப்பட்டுச் செத்துப் போனவர்களின் உயிர்களுக்குப் பெறுமதியில்லையா? பல்லாயிரக்கணக்கான மக்களின் மரணத்தைப் பிரபாகரனின் மரணத்தால் நியாயப்படுத்துவதும் சமப்படுத்துவது மான அரசியல் கேவலமான அரசியல்.

இரண்டாவதாக இன்று மாறியிருக்கக்கூடிய சர்வதேசச் சூழல்...

தியாகு:
முதலில் இந்த மனிதக் கேடயங்கள் என்பதை பேசி முடித்து விடுவோமே... சர்வதேசச் சூழல் என்பது அடுத்தத் தலைப்பாகத் தெரிகிறது.

ஷோபாசக்தி:
அப்படியா... சரி... இதைப் பேசிவிடுவோம்.

தியாகு:
புலிகள் யார், மக்கள் யார்? புலிகள் எங்கிருந்தோ வந்தவர்கள் போலவும், அவர்களுக்கும் இந்த மக்களுக்கும் சம்பந்தமே இல்லை என்பது போலவும் பேசுவதே அடிப்படையில் முரணானது. பிடித்து வைத்திருந்தார்கள் என்பது உண்மையாக இருந்தால், மகன் அம்மாவைப் பிடித்து வைத்திருந்தான் என்றோ, அண்ணன் தங்கையை பிடித்து வைத்திருந்தான் என்றோதான் அர்த்தம். இதை சிங்கள ராணுவம் தமிழ் மக்களைத் தாக்குவதுடன் சமப்படுத்தி பேசும்போது புலிகள் யார் என்ற கேள்வி வருகிறது. புலிகள் தமிழ் மக்களின் புதல்வர்கள், நேரடி உறவினர்கள். ஒவ்வொரு குடும்பமும்

ஒரு பிள்ளையை இயக்கத்துக்கு தந்ததாகவோ, மாவீரர் குடும்ப மாகவோதான் இருக்கிறது. அது எனக்கும், என் தாய் தந்தைக்கும் உள்ள உறவைப் போன்றது. இப்படித்தான் மக்களுக்கும் புலிகளுக்குமான உறவை நாம் பார்க்கிறோம். இரண்டாவது, ஒரு அரசாங்கம் தன் கட்டுப்பாட்டுப் பகுதியில் போர்க்காலத்தில் எம்மாதிரியான ஒழுங்குக் கட்டுப்பாடுகளை விதித்து அந்தப் போரில் வெற்றிபெற முனையுமோ, அதேபோலதான் ஒரு விடுதலை இயக்கம் தன் கட்டுப்பாட்டுப் பகுதியில் தன் படைகள் மற்றும் மக்களை ஒழுங்குப்படுத்தி பாதுகாப்பதுடன், அவர்களைப் பயன்படுத்திப் போராட்டத்தில் முன்னேறவும் முனையும். இது புலிகளுக்கு மட்டுமானதில்லை. உலகம் முழுக்க இருக்கக் கூடிய மற்ற போராளி அமைப்புகளுக்கும் பொருந்தும். சில குறைபாடுகள், ஒரு சிலரின் அத்துமீறல்கள் நடந்திருக்கலாம். அப்படி நடந்திருந்தால் அந்த தவற்றை ஏற்றுக்கொள்வதில் எனக்கு எந்தத் தயக்கமும் கிடையாது. ஆனால் புலிகளை வேறாகவும், மக்களை வேறாகவும் பார்த்து, 'அவர்கள் மக்களைப் பணையக் கைதிகளாகப் பிடித்து வைத்திருந்தார்கள்' என்று அந்த செயலை வர்ணிப்பது தவறானது.

நெருக்கடியான ஒரு சூழலில் சில பிழைகள் நடந்திருக்கலாம் என்பதை நான் ஏற்றுக்கொள்கிறேன். ஆனால் மொத்தமாக ஓர் இயக்கத்தையே நிராகரிக்கக் கூடிய குற்றமாகவோ, பகைவனின் இன அழிப்புடன் சமப்படுத்திப் பேச வேண்டிய ஒன்றாகவோ இதை நான் கருதவில்லை. இன்னொன்றையும் சொல்லிவிடுகிறேன். 'தமிழ் நாட்டில் தமிழ்த் தேசியம் சரியில்லை' என்று பேச்சளவில் மட்டும் குற்றம் சொல்லிக்கொண்டு நான் இங்கு இருக்க முடியாது. 'நீ சரியான இயக்கத்தை ஏன் கட்டவில்லை?' என்று என்னைத் திருப்பிக் கேட்பார்கள். அதனால் ஈழத்தில் நீங்கள் குறிப்பிட்டது மாதிரிதான் புலிகள் இயக்கம் இருந்தது என்றால், அது மக்களுக்கு எதிராகவும், ஆதிக்க ஏகாதிபத்திய சக்திகளுக்கு ஆதரவாகவும் செயல்பட்டது என்றால், வெறும் இராணுவவாதக் கண்ணோட்டத் துடன் சந்தர்ப்பவாத உறவுகளை ஏற்படுத்திக்கொண்டார்கள் என்றால்... புலிகளைக் காட்டிலும், வலுவான, தெளிவான ஒரு மாற்று விடுதலை இயக்கம் அங்கு உருவாகியிருக்க வேண்டும். ஈழ மக்களின் அரசியல் விழிப்பு அந்த அளவுக்கு உறுதியானது என்றே நான் நம்புகிறேன். தமிழக மக்களுடன் ஒப்பிடுகையில் அவர்கள் மிக உயர்ந்த தளத்தில் நிற்கிறார்கள். ஆனால் அப்படி மாற்று

இயக்கங்கள் எதுவும் அங்கு தோன்றவில்லை. அதனால் நீங்கள் சொல்கிற குற்றச்சாட்டை ஒட்டுமொத்தமாக ஏற்க முடியாது.

ஷோபாசக்தி:
இங்கேதான் தவறிழைக்கிறீர்கள் தோழர்... எந்தக் காலத்திலுமே ஈழமக்களின் அரசியல் விழிப்புணர்வு தமிழக மக்களைவிடத் தாழ்ந்துதான் இருந்தது என்றுதான் நான் சொல்வேன். இங்கே தந்தை பெரியாராலும் அவரது திராவிட இயக்கத்தாலும் பெரிய சமூக மாறுதல்கள் நிகழ்ந்துள்ளன. வன்முறையற்ற அரசியலையும் சகிப்புத் தன்மையையும் பெரியார் இங்கே விட்டுச் சென்றிருக்கிறார். அண்ணல் அம்பேத்கருடைய சிந்தனை வீச்சும் காந்தியத்தின் செல்வாக்கும் மக்கள்திரளை ஏதோவொரு விதத்தில் நேர்மறையாகப் பாதித்துள்ளது. ஈழத் தமிழ்மக்களிடையே இருந்ததைவிட பன்மடங்கு வீரியத்துடன் தமிழக மக்களிடையே பொதுவுடமை இயக்கங்கள் செயற்பட்டுள்ளன. ஒட்டுமொத்த இலங்கை வரலாற்றிலும் நாடாளுமன்றத்திற்கு ஈழத் தமிழர்களிடையே இருந்து பொன்.கந்தையா என்ற ஒரேயொரு கம்யூனிஸ்ட் உறுப்பினர்தான் மக்களால் தேர்வுசெய்யப்பட்டிருக்கிறார் என்பதையும் ஒரு தகவலாகச் சொல்லி வைக்கிறேன். இடஒதுக்கீடுகள், தலித்துகளிற் கான தனிவாக்காளர் தொகுதிக்கான கோரிக்கைகளெல்லாம் நாற்பதுகளிலேயே சிறுபான்மைத் தமிழர் மகாசபை என்ற தலித் அமைப்பால் முன்வைக்கப்பட்ட போதிலும் அவை இன்றுவரை நிறைவேற்றப்பட்டதில்லை. இந்தக் கோரிக்கைகளை அங்கே தமிழ்த் தேசியவாதிகள் மட்டுமல்ல இடதுசாரிகளும் கடுமையாகவே எதிர்த்து வந்திருகிறார்கள். 1977 தேர்தலில்தான் முதன்முதலாக ஒரு தலித் நாடாளுமன்றத்திற்குத் தெரிவு செய்யப்பட்டார். கம்யூனிஸ்ட் கட்சியின் குறுகியகாலப் பங்களிப்பைத் தவிர்த்துவிட்டுப் பார்த்தால் ஈழத் தமிழர்களிற்கு முற்போக்கு அரசியல் பாரம்பரியம் எதுவுமே கிடையாது. பெரியார், அம்பேத்கர், நாரயணகுரு போன்ற சமூகப் புரட்சியாளர்களும் சீர்திருத்தவாதிகளும் ஈழமக்களிடையே தோன்றியதேயில்லை. சித்தர் மரபு போன்ற எந்தக் கலக மரபுகளும் அங்கே இருக்கவில்லை. சுதந்திரத்திற்கு முன்பு ஆறுமுகநாவலர் என்ற சாதிவெறிச் சநாதனி ஈழத் தமிழர்களிடயே தோன்றிய சைவ மறுமலர்ச்சி சிந்தனையாளரும் கல்வியாளரும் எனச் சொல்லப் பட்டார். சுதந்திரத்திற்குப் பின்பு ஊழல் தமிழரசுக் கட்சியின் செல்வாக்கிற்குக் கீழே ஈழத் தமிழர்கள் கட்டுண்டு கிடந்தனர். ஒரு

பதினைந்து வருடங்கள் பொதுவுடைமைக் கட்சிகள் தலித் மக்களிடம் மட்டுமே செல்வாக்கோடு இருந்தன. தமிழீழக் கோரிக்கை அதற்கும் ஆப்பு வைத்தது. எண்பதுகளிலே சோசலிசத் தமிழீழ முழக்கம். ஒன்றிரண்டு ஆண்டுகளிலேயே எல்லாம் கவிழ்ந்து கொட்டி ஆயுத இயக்கங்களின் முன்னே வாய்மூடியிருக்க மக்கள் பழக்கப்படுத்தப்பட்டார்கள். இதுதான் ஈழத்துத் தமிழ் மக்களின் அரசியல் விழிப்பின் குறுக்குவெட்டுத் தோற்றம்.

புலிகள் தவறிழைத்தார்களெனில் அதற்கு மாற்றான ஒரு இயக்கம் அங்கு தோன்றியிருக்க வேண்டுமே என்று சொன்னீர்கள். புலிகளுக்கு மாற்றாகப் புலிகளைப் போலவே அங்கே ஈ.பி.டி.பி.யும், தமிழ் மக்கள் விடுதலைப் புலிகளும் (ரி.எம்.வி.பி.) இயங்கிக் கொண்டுதானிருந்தார்கள். இப்போதும் இயங்கிக்கொண்டிருக் கிறார்கள். கிழக்கு மகாண சபை ரி.எம்.வி.பி. வசமும் யாழ் நகரசபை ஈ.பி.டி.பி. வசமும் உள்ளன. புலிகளுக்கு எதிராக நின்றுபிடிக்க இவர்களும் புலிகளைப் போலவே இயங்கினார்கள் என்பதுதான் இதில் கவனிக்கத்தக்கது. இவர்களும் கொலைக்கு அஞ்சாதவர்கள். சந்தர்ப்பம் கிடைக்கும் இடங்களிலெல்லாம் தங்களது கைகளைக் கோர்த்துக்கொண்டு தமது இருப்பை உறுதி செய்யத் தயங்காதவர்கள். கண்ணுக்குக் கண் பல்லுக்குப் பல்லென்று இவர்கள் அரசியல் செய்ததால் இவர்களால் புலிகளை எதிர்த்து நிற்க முடிந்தது. டக்ளஸ் தேவானந்தா பதின்மூன்று தடவைகள் புலிகளின் கொலைத் தாக்குதல்களிலிருந்து தப்பித்திருக்கிறார்.

ஆனால் நாங்கள் அப்படிச் செய்ய முடியாதே. புலிகளுக்கு எதிராக எல்லாத் திசைகளிலும் எதிர்க் குரல்கள் எழுந்தன. சனநாயகத் தன்மையுடைய ஒரு விடுதலை இயக்கத்தைக் கட்டுவதற்கும் சில முயற்சிகள் நடந்தன. எடுத்துக்காட்டாகத் தீப்பொறி குழுவினரின் முயற்சியைச் சொல்லலாம். அரசின் ஆதரவு இருந்ததால் டக்ளஸ் தேவானந்தாவும் கருணாவும் தப்பிப் பிழைத்திருக்கிறார்கள். அரச எதிர்ப்பு நிலையிலிருந்த தீப்பொறி குழுவினர் புலிகளால் கொல்லப்பட்டார்கள். புலிகளால் கொல்லப்பட்ட தீப்பொறி குழுவினருள் புளொட் இயக்கத்தினரின் உட்படுகொலைகளை அம்பலப்படுத்தி புதியதோர் உலகம் என்ற நாவலை எழுதிய தோழர் கோவிந்தனும் அடக்கம். புலிகள் இயக்கம் தங்களைத் தவிர வேறு எவரையும் அரசியல் செய்ய அனுமதிக்கவில்லை. மிருகத்தனமான

ஆயுதபலத்துடன் இருந்த அவர்கள் இலங்கையில் மட்டுமல்ல உலகின் எந்தப் பாகத்திலும் தங்களுக்கு எதிரான அரசியலை முன்னிறுத்துபவர்களைக் கொல்வதற்கான வல்லமையைப் பெற்றிருந்தார்கள். கொழும்பில் நடந்த அமிர்தலிங்கம் கொலையும் பிரான்ஸில் நிகழ்ந்த சபாலிங்கம் கொலையும் அத்தகையவையே. புலிகளுக்கு எதிரான இயக்கத்தை ஏன் கட்டவில்லை என்று கேட்கிறீர்களே, புலிகளுக்கு எதிராக அரசியலை நடத்திவந்த அமிர்தலிங்கத்தைப் புலிகள் கொன்றதிற்கு என்ன சொல்லப் போகிறீர்கள்? நாம் முதலில் பேசிய வட்டுக்கோட்டைத் தீர்மானத்தின் கதாநாயகனே இந்த அமிர்தலிங்கம்தானே... அவரை ஏன் புலிகள் கொன்றார்கள்? ஆக எழுந்த மாற்றுக் குரல்களை எல்லாம் புலிகள் வரிசையாக அழித்துக்கொண்டிருந்ததால்தான் அங்கே சனநாயத்தை முன்னிறுத்திப் போராடும் இன்னொரு இயக்கம் வலுவாகத் தோன்ற முடியாமற் போயிற்று. ஆனால் அவ்வாறான ஈழத்தமிழர்களின் மாற்றுக் கருத்துக் குழுக்கள் கடந்த இருபந்தைந்து வருடங்களாகவே உலகம் முழுவதும் இயங்கிக் கொண்டுதானுள்ளன. இன்று தமிழகத்தில் நக்ஸல்பாரி இயக்கம் வலுவாக இல்லை என்பதை அரசின் அடக்குமுறை எனக் கருதுவதா அல்லது அரசு ரொம்பவும் நல்ல அரசாக இருப்பதால்தான் இங்கு நக்ஸல்பாரிகள் வலுவற்று இருக்கிறார்கள் என நாம் பொருள் கொள்வதா?

புலிகள் வேறல்ல மக்கள் வேறல்ல எதற்காக அவர்கள் மக்களைப் பிடித்துவைத்திருக்க வேண்டும் என்றீர்கள். அப்படிப் பிடித்திருந் தாலும் மகன்தானே தந்தையைப் பிடித்துவைத்திருந்தான் அண்ணன் தானே தம்பியை பிடித்திருந்தான் என்கிறீர்கள். புலிகள் வேறு மக்கள் வேறல்ல என்றால் எதற்காக அந்த மக்கள் புலிகளின் துப்பாக்கிக் குண்டுகளை முதுகில் வாங்கியபடியே புலிகளை விட்டுவிட்டு அலையலையாக இராணுக் கட்டுப்பாட்டுப் பகுதிகளை நோக்கி ஓடிவந்தார்கள். மகன்தானே தந்தையைப் பிடித்தான் போன்றவை யெல்லாம் அங்கு வதைபட்ட, ஒருபுறம் வெடிகுண்டுகளிற்கும் மறுபுறம் மலக்குவியல்களிற்கு இடையேயும் உயிரைக் கையில் பிடித்தபடி வெட்ட வெளியில் விழுந்துகிடந்த மனிதர்களின் துயரை அறியாத பேச்சு என்றுதான் நான் கருதவேண்டியிருக்கும். பிடித்து வைக்கப்பட்டிருந்த தந்தைக்காக மட்டுமல்லாமல் பிடித்து வைத்திருந்த மகனுக்காகவும் நாம் வருத்தப்பட வேண்டுமே தவிர

புலிகளின் இந்தக் கொடூரத்தை நியாயப்படுத்த கிடைத்த இடுக்குகளை நாம் தேடிப்போகக் கூடாது. சில தவறுகள் நிகழ்ந்திருக்கலாம் என்று பட்டும் படாமலும் சொல்லி நீங்கள் ஒரு மாபெரும் போர்க் குற்றத்தைக் கடந்து செல்ல முடியாது.

இடையறாது மாறிக்கொண்டிருக்கும் சர்வதேசச் சூழலை நாம் கவனித்து வருகிறோம். இந்தக் கொடிய உலகமயமாதல் சுழலில் இன்று இலங்கைத் தீவானது ஆப்ரிக்காவிலுள்ள சின்னஞ்சிறிய நாடுகளைப் போலவே லத்தீன் அமெரிக்காவிலுள்ள சிறிய நாடுகளைப் போலவே தனது இறைமையைப் பன்னாட்டு நிறுவனங்களிற்கு முன் இழந்து நிற்கிறது. நடந்து முடிந்த நீண்ட யுத்தம் இதற்கான சூழல்களைத் துரிதமாகவும் வலுவாகவும் ஏற்படுத்திக்கொடுத்தது. உலகத்திலேயே நீண்ட ஓடுதளம் உள்ள மிகப்பெரிய விமான நிலையத்தை இலங்கையின் அம்பாந் தோட்டையில் சீனா நிர்மாணிக்கப்போகிறது. இலங்கையில் குறுக்கு மறுக்காக இந்தியப் பெருமுதலாளிகளின் மூலதனம் பாய்கிறது. வடபகுதியில் இரயில் பாதையை அமைக்கும் ஒப்பந்தத்தை இந்தியா இலங்கையிடமிருந்து பெற்றுக்கொண்டுள்ளது. இந்தியா இந்தப் போருக்கு தனது முழு சக்தியையும் உபயோகப்படுத்தி இலங்கைக்கு உதவிகளைச் செய்தது. அதற்கான விலையை இலங்கை அரசிடம் இந்திய அரசு இனிதான் கேட்கப் போகின்றது. இலங்கையின் வரவு செலவுத் திட்டத்தை, மானியங்கள் வழங்கும் முறைமைகளை அதாவது மானிய வெட்டுகளை அந்நியப் பெருமுதலாளிகளே உண்மையில் தீர்மானிக்கிறார்கள். கடந்த 30 ஆண்டுகளாக நடந்த யுத்தம் தமிழர்களை மட்டும் பாதிக்கவில்லை. 30 வருடங்களாக இலங்கை அரசாங்கத்தின் வரவு செலவுத்திட்டங்கள் முழுக்க முழுக்க யுத்தத்தை மையப்படுத்திதான் இருந்தன. 35 வருடங்களாக நாட்டின் பல பகுதிகளில் அவசர நிலை சட்டம் இருக்கிறது. நாடெங்கும் வேலை இல்லாத் திண்டாட்டம். ஆக இந்த யுத்தம் வடக்கிலிருந்து தெற்காக அனைத்து மக்களையுமே ஏதோ ஒரு விதத்தில் பாதித்திருக்கிறது. இதில் தமிழ் மக்களைப் பொருத்தவரை அரசுக்கு ஒரு வரி, புலிகளுக்கு இன்னொரு வரி என இரட்டை வரி செலுத்த வேண்டிய நிலைமைதான் இருந்தது.

இலங்கை அரசு சார்பாக யுத்தத்தை நடத்தியதும், அதற்கான நிகழ்ச்சி நிரலை வகுத்துக் கொடுத்ததும் மேற்கத்திய நாடுகளும், இந்தியாவும்

தான். இதில் முதலிடம் இந்தியாவுக்கே உண்டு. இப்போது இலங்கையில் யுத்தம் முடிந்துவிட்டதென இலங்கை அரசாங்கம் சொல்கிறது. ஆனால் அது மிகத் தவறு. இன்று விமானக் குண்டுவீச்சுகளும், செல் வீச்சுகளும் இல்லாமல் இருக்கலாம். மக்கள் அங்கே முகாம்களில் தடுத்து வைக்கப்பட்டிருக்கிறார்கள். யாழ்ப்பாணம் ஒரு திறந்தவெளி சிறைச்சாலையாக இருக்கிறது. கொழும்பில் வாழக்கூடிய தமிழர்கள் காரணமற்ற முறையில் கைது செய்யப்படுகிறார்கள். பாதுகாப்பாக பாடசாலைக்கு செல்வது, வீட்டில் உறங்குவது, வெளியில் நடமாடுவது போன்ற மிகக் குறைந்தபட்ச உரிமைகள் கூட இலங்கை அரசால் தமிழ் மக்களுக்கு மறுக்கப்படுகின்றன. இந்த உரிமைகளை இலங்கை அரசுடன் சவால் செய்து பெறுவதற்கு தகுதியான அரசியல் தலைமைகள் அரங்கில் இல்லை. இந்த நிலையில் இலங்கை அரசை சவால் செய்வதற்கான வழியாக வலதுசாரி அரசியலோ அடிபணிவு அரசியலோ இருக்க முடியாது. இன்று ராஜபக்சே என்ன குரலில் பேசுகிறாரோ, அதே குரலில்தான் கருணாவும், டக்ளஸ் தேவானந்தாவும், ஆனந்த சங்கரியும் பேசுகின்றனர். இவர்கள்தான் இன்று தமிழ் மக்களின் அரசியல் தலைமைகளாக அரசாங்கத்தால் முன்னிறுத்தப் படுகிறார்கள்.

மறுபுறத்தில் எறிகணைத் தாக்குதல்களும் விமானக் குண்டு வீச்சுகளும் நின்றுபோனது நிம்மதியான விடயம்தான். வடபுலத்தில் மறுபடியும் இஸ்லாமியர்கள் குடியேறுகிறார்கள். பேரினவாத அரசின் செயல்களுக்கும் தமிழ்த் தேசியவாதிகளின் இனவெறிக் கூச்சலிற்கும் அப்பால் மூவின மக்களிடையேயும்-குறிப்பாகக் கிழக்கில் ஓரளவிற்கு அய்க்கியம் திரும்புவதாகவும் இது பகைமறப்புக் காலம் என்றும் சொல்கிறார்கள். இவை நல்ல விடயங்கள்தான். ஆனால் இவற்றோடு முடிவதல்லப் பிரச்சனைப் பாடுகள். தமிழர்களின் நிலம் முழுவதும் இராணுவத்தினரின் காலடிகளால் நிறைந்திருக்கின்றன. தமிழர்களின் அரசியல் உரிமைகள் குறித்து ராஜபக்சே பேசவே மறுக்கிறார். நாட்டின் அபிவிருத்தியே முதன்மையானது என்கிறார் அவர். அதனிலும் முக்கியமானது சிறுபான்மையினரின் வாழ்வாதார அரசியல் உரிமைகள். நாட்டை அபிவிருத்திப் பாதையில் அழைத்துச் செல்வது என்பது இலங்கையை அந்நிய பன்னாட்டு நிறுவனங்களிற்கு விற்றுத்தள்ளுவது என்பதைத் தவிர வேறல்ல. அகதி நிவாரணமாக

அரிசி வழங்குவதையும் பாடசாலைச் சிறார்களிற்கு இலவசப் பாடநூல்கள் வழங்குவதையும் அரசின் அளப்பெரிய சாதனை யாகவும் அபிவிருத்தித் திட்டங்களாகவும் அரசின் ஆதரவாளர்கள் புளுகித் திரியும் கொடுமையும் நடக்கிறது.

எனவே இந்த இனவாத, தரகு முதலாளிய அரசைச் சவால் செய்யக் கூடிய ஒரு அரசியல் சக்திக்கான இடம் ஈழப்புலத்தில் வெற்றிடமாகவே இருக்கிறது. அரசியல் பிரச்சினைகளோடு பின்னிப் பிணைந்த பொருளாதாரக் காரணிகளையும் பண்பாட்டுக் காரணிகளையும் துல்லியமாக மதிப்பீடு செய்தும் இன உரிமைக்கான போராட்டத்தோடு சாதி, பிராந்திய மேலாதிக்கம் போன்ற சமூகக் கொடுமைகளை எதிர்த்து நின்றும் இடதுதிசை வழியே அரசியற் போராட்டத்தை நடத்தவதற்கு வக்கற்ற இனமாக ஈழத் தமிழினம் ஆக்கப்பட்டிருக்கிறது.

உண்மையில் ஈழத் தமிழினம் அரசியல்ரீதியாக மரத்துப் போயிருக்கிறது. ஒருபுறம் முப்பதுவருட யுத்தத்தின் சுமை. மறுபுறம் இனவாத அரசின் கொடுமையான அடக்குமுறை. இன்னொரு புறத்தில் கடந்த இருபத்தைந்து வருடங்களாக அவர்களுக்குப் புலிகளால் அரசியல் உரிமைகள் மறுக்கப்பட்டதால் அரசியல் கலாசாரத்தை அவர்கள் இழந்து நிற்கிறார்கள். நான் புலம் பெயர்ந்த தமிழர்களையும் சேர்த்துத்தான் சொல்கிறேன். இல்லாவிட்டால் அவர்கள் பராக் ஒபாமாவின் படத்தோடு வீதிகளிலே நின்றிருக்க மாட்டார்கள். புலிகளின் காலத்திலே மக்களுக்கு பேச்சுரிமை தொடக்கம் வாக்களிக்கும் உரிமை வரையான எல்லாவித உரிமைகளும் நமது மக்களிற்குப் புலிகளால் மறுக்கப்பட்டன. புலிகளின் அதிவலதுசாரி கொலைகார அரசியலை மவுனமாக ஏற்றுக்கொண்டு புலிகளுக்கு கப்பத்தையும் பிள்ளைகளையும் மட்டும் வழங்குமாறு மக்கள் ஆயுதமுனையில் நிர்ப்பந்திக்கப் பட்டார்கள். மறுத்தவர்களுக்கு மொட்டையடிப்பது, பச்சை மட்டையடி என்பதில் தொடங்கி மரணம் வரை தண்டனையாகப் புலிகளால் விதிக்கப்பட்டது. இருபத்தைந்து வருடங்களாக ஈழப்புலத்தில் கட்டாய நடைமுறையில் இருந்தது புலியரசியல்... புலியரசியல்... அதுதவிர வேறல்ல. எனவே சனநாயக அரசியல் கலாச்சாரத்திலிருந்து 30 வருடங்களாகத் தூரவைக்கப்பட்ட இந்த மக்களிடையேயிருந்து ஒரு முற்போக்கான அரசியல் இயக்கம்

தோன்றுவதென்பது வரலாற்றுக்கு விடுக்கப்படும் சவாலாகத் தானிருக்கும். இங்கே நம்பிக்கை தரும் வார்த்தைகளை நான் சொல்ல முடியாமலிருப்பது வருத்தமாகத்தானிருக்கிறது. ஆனால் வருத்தத்தைப் பொறுத்துக்கொண்டாவது உண்மையைப் பேசவேண்டியிருக்கிறது.

தியாகு:

இது ஒரு முக்கியமான விசயம்தான். 'சரியான முற்கோள்களில் இருந்து தவறான முடிவுகளுக்கு' என்று லெனின் சொன்ன புகழ்பெற்ற வாசகம் ஒன்று உண்டு. எடுத்துக் கொள்கிற தரவுகள் ரொம்பச் சரியாக இருக்கும். ஆனால் முடிவுகள் மட்டும் தவறாகப் போய்விடும். பொதுவாக எந்த ஒரு விடுதலை இயக்கமும் அந்த மக்கள் மத்தியில் இருக்கக் கூடிய அடிமைத்தனங்களை, வர்க்க-சமூக முரண்பாடுகளை கவனத்தில் எடுத்து அவர்களில் ஒடுக்கப் பட்டவர்கள் பக்கம் நிற்க வேண்டும் என்பது ஒரு சரியான கோட்பாடு. அதனால்தான் வியட்நாம் விடுதலைப் போர் என்பது தேசிய விடுதலைப் போராட்டமாக இருந்தபோதே தேசிய ஜனநாயகப் புரட்சியாகவும் இருந்தது. சீனத்திலும் அப்படித்தான். உண்மையில் பார்த்தால் ஒரு தேசிய விடுதலை இயக்கத்துக்கான அடித்தளம் உண்மையிலேயே ஒடுக்கப்பட்ட மக்கள் மத்தியில்தான் கிடைக்க முடியும். தமிழ்நாட்டில் நாங்கள் தமிழ்த் தேசியச் சமூக நீதிப் புரட்சி என்று அழைக்கிறோம். அது சாதி ஒழிப்பை வேலைத் திட்டமாகக் கொண்ட ஒரு விடுதலை இயக்கம். நாட்டை ஆளுகிற தில்லி வல்லாதிக்கமும் சாதியமும் எப்படி ஒரு கூட்டாக இருக்கிறார்களோ அதுபோல தேசிய விடுதலைக்கான சக்திகளும், சமூக விடுதலைக்கான சக்திகளும் இணைவாக செயல்பட வேண்டும். ஆனால் வரலாற்றின் சில கட்டங்களில் வேறு மாதிரியாக நடப்பதற்கான வாய்ப்புகளும் உண்டு.

ஓர் இயல்பான சமூக வளர்ச்சிப்போக்கு இல்லாத, மோசமான போர்ச்சூழலில் இந்த வலதுசாரி, இடதுசாரி, ஜனநாயகம், மாற்றுக்கருத்து... எல்லாவற்றையும் ஒதுக்கி வைத்துவிட்டுப் பகைவனுக்கு எதிராக எல்லாச் சக்திகளையும் ஒன்றுபடுத்த வேண்டிய கட்டாயம் வருகிறது. *All in national united front* என்று சொல்வோம். சீனத்திலேயே எடுத்துக்கொள்வோம். மாவோ ஆரம்பத்தில் இருந்து அதை ஜனநாயகப் புரட்சி என்றுதான்

சொன்னார். அதாவது உள்ளூர் குறுநில பிரபுக்கள், அந்நிய ஏகாதிபத்திய சக்திகள்... இரண்டையும் எதிர்த்துத்தான் போராடினார். அந்த வகையில் கோமிண்டாங் என்ற அமெரிக்கக் கையாளாக இருக்கும் பெருமுதலாளிக்கு எதிராகவும் போரிடுகின்றனர். ஆனால் ஜப்பானின் நேரடிப் படைகள் உள்ளே நுழைந்தபோது எல்லாவற்றையும் ஒதுக்கி வைத்துவிட்டு அவர்கள் கோமிண்டாங் கிற்கே அழைப்பு விடுத்தார்கள். ஏனென்றால் அவன் ஒரு சக்தி. நல்ல சக்தியோ, கெட்ட சக்தியோ அவன் ஒரு சக்தியாக இருந்தான். அவனிடம் ஒரு படை இருந்தது, கொஞ்சம் நிலப்பரப்பு இருந்தது. நம்மிடம் கொஞ்சம் நிலம் இருக்கிறது. நிலப்பரப்பு இருக்கிறது. இருவரும் சேர்ந்து பொது எதிரியை விரட்டுவோம் என்று ஒன்று படுகிறார்கள். சீன மக்களின் வெற்றியே இந்த ஒற்றுமையில்தான் இருக்கிறது. இதற்கு சியாங் கே ஒத்துக்கொள்ள மறுக்கும் போது அவனது படையணியைச் சேர்ந்தவர்களே அவனை கைது செய்து ஒப்பந்தத்தில் கையெழுத்திட வைத்தார்கள். அது ஜப்பானை வெளியேற்றும் வரைக்குமான குறுகிய கால ஏற்பாடு.

இந்த நிலையில் நீங்களும் சொன்னதுபோல ஈழம் என்பது திறந்தவெளி சிறைச்சாலையாக இருக்கும் நிலையில், மூன்று லட்சம் மக்கள் மனிதத்தன்மையற்ற முறையில் முகாமுக்குள் அடைத்து வைக்கப்பட்டிருக்கும் நிலையில் இந்தியா, இலங்கை என்ற பொது எதிரிகளுக்கு எதிராக நாம் ஒன்றிணைய வேண்டியது ஒரு கட்டம். இந்தக் கட்டத்தில் சோசலிசம், ஜனநாயகம் என்பதல்ல பிரச்னை. முதலில் அந்த மக்கள் விடுவிக்கப்பட வேண்டும். அவர்கள் இயல்பு வாழ்க்கைக்குத் திரும்ப வேண்டும். அதன்பிறகு நாம் இந்த இடதுசாரி, வலதுசாரி அரசியல் எல்லாம் பேசுவதில் ஓர் அர்த்தம் இருக்கிறது. ஆனால் இந்த அரசியலை இடதுசாரிகளால்தான் முன்னெடுக்க முடியும் என்பது வேறு செய்தி. வலதுசாரிகள் மக்களை ஒரு சக்தியாக நினைக்க மாட்டார்கள். அவர்கள் ‘இந்த மந்திரி பெரிய ஆள், தலைவர் பெரிய சக்தி’ என்றுதான் பார்ப்பார்கள். இடதுசாரிகள்தான் மக்களுக்கான அரசியலை முன்னெடுத்துச் செல்வார்கள். அந்த வகையில் இந்திய-சிங்கள அரசுகளுக்கு எதிராக நாம் ஒன்றுபட வேண்டும். அவ்வளவுதான். இதற்கு வேறெந்த நிபந்தனையும் கிடையாது.

நீங்கள் சிங்கள மக்கள் படும் துயரங்கள் பற்றியெல்லாம்

சொன்னீர்கள். எல்லாம் தெரியும். ஏங்கெல்ஸ், 'ஒரு தேசம் பிறிதொரு தேசத்தை ஒடுக்கும்போது ஒடுக்குகிற தேசம் சுதந்திர தேசமாக இருக்க முடியாது' என்று சொல்வார். தமிழ் மக்களை ஒடுக்கு வதற்காகவே சிங்கள சமூகத்தில் பாசிசத்தைக் கொண்டு வந்தார்கள். அந்த மக்களும் அதை அறியாமலேயே கடைப்பிடித்தார்கள். போர் என்று வரும்போது இரு தரப்பும்தான் சாகிறது. தமிழனாக இருந்தாலும், சிங்களனாக இருந்தாலும் பிணத்துக்கு ஏது மொழி? இதுவும் உயிர்தான், அதுவும் உயிர்தான். கடந்த காலங்களில் சிங்கள இளைஞர்களையே ஆயிரக்கணக்கில் கொன்ற அரசுதான் இது. இன்னும் சொல்லப்போனால் முல்லைத்தீவில் நடந்த இந்தப் பேரழிவை முன்கூட்டியே எச்சரித்தவர்கள் சிங்களப் பத்திரிக்கை யாளர்களும், மனித உரிமையாளர்களும்தான். அதில் எல்லாம் எந்த மாற்றுக் கருத்தும் இல்லை. லசந்த விக்கிரமதுங்கே புலிகளை மிகக் கடுமையாக விமர்சித்தவர்தான். ஆனால் அவர் சிங்கள அரசால் சுட்டுக்கொல்லப்பட்ட போது இங்கு அவருக்காக ஒரு இரங்கல் கூட்டம் ஏற்பாடு செய்து அவர் எழுதிய அறிக்கையை வாசிக்க வைத்தோம்.

எப்போதுமே தமிழீழப் போராட்டத்தின் முதன்மைக் களம் தமிழீழம், இரண்டாவது களம் தமிழகம். அதன்பிறகுதான் சர்வதேசம் எல்லாம் வரும். ஒரு போராட்டம் எந்த மக்களுக்காக முதன்மையாக நடத்தப்படுகிறதோ, அந்த மக்களிடம் இருந்து தனிமைப்படாமலும், அந்த மக்களைச் சார்ந்தும் இருக்கிற வரைதான் அது வெல்வதற்குரிய போராட்டமாக இருக்கும். உதாரணமாக சோவியத் யூனியனில் சோசலிச புரட்சி நடந்தபோது அதற்கு ஒன்றும் சர்வதேச அங்கீகாரமோ, ஆதரவோ இருக்கவில்லை. மக்களின் ஆதரவைக் கொண்டு மட்டுமே அந்தப் புரட்சி வெற்றிபெற்றது. அதேபோல சர்வதேசச் சூழல் என்பது மாறிக்கொண்டேதான் இருக்கிறது. முதல் உலகப்போர் காலத்து உலகச் சூழல் வேறு. இரண்டாம் உலகப்போர் காலத்து உலகச் சூழல் வேறு. இப்போது 9/11 சம்பவத்தைதான் எல்லோரும் சொல்கிறார்கள். அத்துடன் புரட்சிகர சக்திகளுக்கான காலம் முடிந்து விட்டதாக வர்ணிக்கிறார்கள். ஆனால் அதன் பிறகுதான் நேபாளத்தில் புரட்சி நடத்தி மாவோயிஸ்ட்டுகள் வெற்றி பெற்றிருக்கிறார்கள். அதனால் 9/11 உடன் உலகத்தில் ஆயுதப் போராட்டத்தின் காலம் முடிந்துவிட்டது என்றோ 18/5-க்குப் பிறகு தமிழீழத்தில் அந்தக் காலம் முடிந்துவிட்டது என்றோ கருத

வேண்டியது இல்லை. நாம் வேண்டுமானால் அப்படி நினைத்துக் கொள்ளலாம். ஏனென்றால் மக்களுக்கு ஆயுதப் போராட்டம் என்பது தொல்லையானது, சுமையானதுதான். எந்த ஆயுதப் போராட்டமும் மக்கள் விரும்பி ஏற்றுகொண்டதல்ல. அது வேறு வழியில்லாமல் வரலாறு கையளிக்கும் ஒன்று. ஆனால் அப்படி ஒரு சமரசத்துக்கு வருவதற்கு சிங்கள தரப்பு ஒத்துக்கொள்ள வேண்டுமே? அந்த மாதிரி எல்லாம் அவன் வரவில்லை. யூகோஸ்லாவியாவில் பல நெருக்கடிகளைத் தாண்டி சோவியத் தகர்வுக்குப் பிறகு அப்படி ஒரு நிலைமை வந்தது. ஆனால் எல்லா நாடுகளும் அப்படி விட்டுக் கொடுக்கவில்லை. செர்பியாக்காரன்... குரோஷியா, கொசாவா ஆகியோரை ஒடுக்கத்தான் முயன்றான். இப்படியெல்லாம் பலவிதமான வேறுபாடுகளோடு நடக்கும். ஆனால் எந்த சர்வதேசச் சூழல் மாற்றமும் விடுதலையின் தேவையையோ, விடுதலை இயக்கத்தின் தேவையையோ மாற்றிவிடாது, மாற்றிவிடவில்லை. தள்ளிப்போகலாம், களங்கள் மாறலாம். தமிழீழம் என்ற களத்தில் இப்போதைக்கு நடத்த முடியாத சூழல் வந்திருக்கலாம். ஆனால் விடுதலையின் தேவை அப்படியேதான் இருக்கிறது.

இப்போது முதன்மையாகத் தமிழகத்தில் அதற்கான போராட்டங் களை நடத்த வேண்டிய கட்டாயம் இருக்கிறது. அதுதான் எங்களின் நோக்கம், முயற்சியாக இருக்கிறது. ஆனால் போராட்டத்தைப் பழைய வடிவத்தில் நடத்த வேண்டாம் என்றெல்லாம் சொல்வது எதிரியிடமே 'நாங்கள் எல்லாவற்றையும் விட்டுவிட்டோம்' என்று அறிவிப்பதற்குச் சமமான ஒன்றுதான். அப்படி எல்லாம் சொல்வதற்கு நமக்கு எந்த உரிமையும் கிடையாது. எனக்கு இதில் வேறொரு எதிர்பார்ப்பு இருக்கிறது. நிகழ்ந்து முடிந்திருக்கிற இந்தப் பேரழிவானது சிங்கள மக்கள் மத்தியில் என்ன விதமான தாக்கத்தை ஏற்படுத்தப்போகிறது என்பதை யாரும் கணக்கில் எடுத்துக் கொள்ளவில்லை. ராஜபக்ஷே நிரந்தரம் என்றோ, சிங்கள பாசிச அரசு இப்படியேதான் இருக்கப்போகிறது என்றோ கருத முடியாது. அவர்கள் மத்தியில் ஜனநாயகத்தின் எழுச்சி என்னவிதமான மாற்றங்களைக் கொண்டுவரும் என்பதையும், அப்படி வரும் மாற்றமானது தமிழீழப் போராட்டத்தில் என்னவிதமான செல்வாக்கு செலுத்தும் என்பதையும் பொறுத்திருந்துதான் பார்க்க வேண்டும். எல்லாவற்றையும், இப்போதே இன்றைக்கே எடைபோட்டுப் பார்த்துவிட முடியாது. போதுமான தரவுகளும் நம்மிடம் இல்லை.

அங்கு என்ன நடந்தது என்பதே பல்வேறு சர்ச்சைகளாகவும், மாறுபட்ட செய்திகளாகவும்தான் நமக்குக் கிடைக்கின்றன. ஆனால் பொதுவாக அனைவருக்கும் தெரிந்த உண்மைகளின் அடிப்படையில் நாம் ஒரு நிலைபாடு எடுக்க வேண்டும். இலங்கை அரசு ஓர் இனப்படுகொலை செய்திருக்கிறது என்பதும், அதற்கு இந்தியா துணை போயிருக்கிறது என்பதும், இதைத் தடுக்கிற முயற்சிகளில் பன்னாட்டு சமூகம் ஈடுபடவில்லை என்பதும் நாம் அனைவரும் அறிந்த உண்மைகள். இன்றைக்கு இருக்கும் உலக ஒழுங்கின் அடிப்படையில் ஒரு புதிய அரசு உருவாவதைத் தடுக்க சர்வதேசங்களும் ஒன்றுபட்டு நின்றன. இந்த மாதிரியான போக்குகளுக்கு நம் தரப்புத் தவறுகளும் சேர்ந்து உதவியிருக்கலாம்.

ஷோபாசக்தி:

இந்தியா மட்டுமல்ல... ஐரோப்பா, அமெரிக்கா உள்பட அனைத்து வல்லாதிக்க தேசங்களும் நேரடியாகவோ மறைமுகமாகவோ இலங்கையில் தலையீடு செய்திருக்கிறார்கள். யுத்தத்தில் மட்டுமல்ல, நான் ஏற்கனவே குறிப்பிட்டதுபோல முழு இலங்கையினதும் இறைமையில் அவர்கள் கைவைத்திருக்கிறார்கள். அவர்களின் உத்தரவின் பேரில் பொதுச் சொத்துகள் தனியாருக்கு விற்றுத் தள்ளப்படுகின்றன. மக்களுக்கு அரசால் வழங்கப்படும் மானியங் களில் வெட்டு விழுகின்றது. சுதந்திர வர்த்தக வலையங்கள் என்ற பெயரில் இலங்கையின் நிலம் பன்னாட்டுக் கம்பனிகளுக்குத் தாரைவார்க்கப்பட்டிருக்கின்றது. அங்கே மக்கள் எந்தத் தொழிற்சங்க உரிமைகளுமற்று மலிவுக் கூலிகளாகப் பிழிந்தெடுக்கப்படுகிறார்கள். இலங்கையின் ஒடுக்கப்பட்ட மக்களுக்கு இலங்கைத் தரகு முதலாளிய அரசு மட்டுமே எதிரி கிடையாது. உலக வங்கியையும், சர்வதேச நாணய நிதியத்தையும், பன்னாட்டுத் தொழில் நிறுவனங் களையும், அந்த நிறுவனங்களின் சுரண்டலிற்கு வழியமைத்துக் கொடுக்க நாடு முழுவதும் நீக்கமற நிறைந்திருக்கும் அரசுசாரா தன்னார்வ நிறுவனங்களையும் இலங்கையின் உழைக்கும் மக்கள் உறுதியாக எதிர்த்து நிற்க வேண்டியுள்ளது. தேசிய இனச் சிக்கலுக் கும் யுத்தத்திற்கும் இந்த அந்நிய மூலதனப் பரம்பலுக்கும் நேரடித் தொடர்புகள் உள்ளன. ராஜபக்சே அரசின் கையை இந்த வல்லாதிக்க வாதிகள் பலப்படுத்துவதற்கும் ஆயுதங்களை வாரியிறைப்பதற்கும் பின்னால் இந்தப் பொருளியல் காரணிகளுள்ளன.

இந்தச் சர்வதேசச் சண்டியர்களை ஒரு சின்னஞ்சிறிய நாட்டு மக்களான நம்மால் எப்படி எதிர்கொள்ள முடியும்? அமேசன் மழைக்காட்டு நாடுகள் போல நாமும் மீளமுடியாத வகையில் இவர்களிற்கு அடிமைச் சாசனம் எழுதிக்கொடுத்துவிட வேண்டியது தானா என்றெல்லாம் கேள்விகளுள்ளன. நாம் மக்களை ஒருங்கிணைக்க வேண்டியிருக்கிறது. நமக்குள் ஏற்கெனவே தமிழர்களுக்கும், முஸ்லீம்களுக்கும் இடையே பெரிய இடைவெளி ஒன்று உருவாகியுள்ளது. தமிழ்ச் சமூகமும் சிங்களச் சமூகமும் பகைமைச் சமூகங்களாகக் கட்டமைக்கப்பட்டிருக்கின்றன. தமிழ்ச் சமூகமோ அரசியலாலும் சாதியாலும் பிளவுப்பட்டுக் கிடக்கிறது. நீங்கள் நம்புவீர்களோ இல்லையோ தெரியாது தோழர்... முகாம்களில மக்கள் தடுத்து வைக்கப்பட்டிருக்கிறார்கள் இல்லையா... அங்கு பார்ப்பனர்களுக்கு என்று தனிப்பகுதி இருக்கிறது. முகாமின் துப்புரவுப் பணிகளை அதை காலம் காலமாக செய்து வந்த சாதியினரே செய்வதற்கு நிர்பந்திக்கப்படுகிறார்கள். ஈழப் போராட்டம் நெடுகவே இந்தச் சாதிய சிக்கல்களை எதிர்கொண்டுதான் வந்திருக்கிறோம். ஆகவே இந்த சாதிய ஒடுக்குமுறைகள், பிராந்திய வேறுபாடுகள், தமிழர்களுக்கும் முஸ்லீம்களுக்குமான பிரச்சனைகள், ஒடுக்கப்படும் தமிழ் மக்களுக்கும் சக சிங்கள உழைக்கும் மக்களுக்குமுள்ள இடைவெளிகள், எல்லோராலும் கைவிடப்பட்டிருக்கும் மலையகத்து உழைக்கும் மக்களின் நிலை போன்றவற்றைக் கவனமெடுத்து மக்களை ஒற்றுமைப்படுத்த இடதுசாரி அரசியல் பார்வை உள்ளவர்களால்தான் முடியும். அந்தப் பார்வை அன்று தமிழ்த் தேசியம் பேசிய விடுதலைப் புலிகளிடமும் இருக்கவில்லை, இன்று தமிழ்த் தேசியம் பேசுகின்ற விடுதலைப் புலிகளின் ஆதரவாளர் களிடமும் இல்லை. வெளிநாட்டுப் புலிகளுக்கோ வெளிநாடுகளில் குவிந்திருக்கும் புலிகளின் சொத்துகளைத் தமக்குள் பங்கு பிரித்துக் கொள்வதற்காகச் சண்டையிடவே நேரம் போதவில்லை.

குறிப்பாகச் சொன்னால் மே மாதத்தில் ஒரு புறம் இராணுவம், மறுபுறம் புலிகள்... கொத்துக் குண்டுகள், எறிகணைகள் எல்லாமே விழுந்து கொண்டிருக்கின்றன. இவற்றுக்கு இடையே மூன்று இலட்சம் மக்கள் உயிருக்காக அந்தரித்து நிற்கின்றார்கள். அந்த சமயத்தில் லண்டனில் ஒரு லட்சம் மக்களும், பாரீஸில் ஐம்பதினாயிரம் மக்களும் திரண்டு போராட்டம் நடத்தினார்கள்.

போராட்டத்தைப் புலிகள்தான் ஒருங்கிணைத்தார்கள் என்பது எல்லோருக்கும் தெரிந்த இரகசியம். ஆனால் அவர்களின் கோரிக்கை 'ஒபாமாவே எங்களைக் காப்பாற்று', 'சார்கோஸியே எங்களைக் காப்பாற்று' என்பதாகத்தான் இருந்தது. ஒருபோதும் அவர்கள் அங்கிருக்கக்கூடிய இடதுசாரிக் குழுக்கள், அனார்க்கிசக் குழுக்கள், ஏகாதிபத்திய எதிர்ப்பு சக்திகளுடன் தங்களை இணைத்துக் கொள்ளவில்லை. இவர்கள் ஒபாமாவின் படத்தையும், சார்கோஸியின் படத்தையும் தூக்கிக்கொண்டு போராடும்போது இயல்பாகவே அங்கிருக்கும் உழைக்கும் மக்களிடம் இருந்து அந்நியப்படுகிறார்கள். இந்த வலதுசாரிப் பார்வை புலிகள் மக்களுக்கு வழங்கிய கொடை. புலிகளைப் பொறுத்த வரை விடுதலைப் புலிகளின் ஒட்டுமொத்த வரலாற்றிலும் சேர்த்து ஒரே ஒரு ஏகாதிபத்திய எதிர்ப்புக் கூட்டத்தைக் கூட அவர்கள் ஈழத்திலோ அல்லது புலம் பெயர்ந்த தேசங்களிலோ போட்டது கிடையாது.

ஆப்கானிஸ்தான் மீதான அமெரிக்காவின் ஆக்கிரமிப்பு, ஈராக்கியர்கள் மீதான படுகொலைகள், சதாம் உசேனின் கொலை போன்ற எந்தச் சர்வதேச நிகழ்வுகள் குறித்தும் அவர்கள் கருத்துச் சொன்னது கிடையாது. அதிகம் வேண்டாம்... காஷ்மீரிலும் வடகிழக்கு மகாணங்களிலும் இந்திய அரசு பல பத்து வருடங்களாக நிகழ்த்திவரும் படுகொலைகள் மனிதவுரிமை மீறல்கள் குறித் தெல்லாம் புலிகளின் தலைமை எப்போதாவது வாய் திறந்திருக் கிறதா? தொல்.திருமாவளவனை அழைத்துத் தமிழ்த் தேசியம் குறித்து உணர்ச்சி கொப்பளிக்க பேச வைத்து மகிழ்ந்த புலித் தலைமையினது தலித் அரசியல் குறித்த நிலைப்பாடென்ன? புலிகள் தமது ஆரம்பகால நூல்களில் எழுதிய பொத்தாம் பொதுவான சாதியொழிப்புக் கருத்துகள் குறித்து நான் கேட்கவில்லை. பொதுவான சாதியொழிப்புக் கருத்துகளிற்கு அப்பால் இன்று தனித்துவமான அரசியலாக உருவாகியிருக்கும் தலித் அரசியல் குறித்தே நான் கேட்கிறேன். தனிப்பட அவர் சொன்னார், இவர் சொன்னார் என்ற பேச்சுகள் வேண்டாம். விடுதலைப் புலிகள் இயக்கத்தின் அதிகாரப்பூர்வமான நிலைப்பாடு குறித்து நான் கேட்கிறேன். எங்காவது சொன்னார்களா? தொல்.திருமாவளவனை அழைத்து அவர்கள் கூட்டம் போடுகிறார்களே எனச் சில தோழர்கள் கேட்கக் கூடும். அதேவேளையில் பா.ம.க. தலைவர் மணியையும், முத்துராமலிங்கனாரின் சிலைக்கு மாலைமரியாதைகள் செய்யும்

சீமானையும் அழைத்தும் அவர்கள் கூட்டம் போடுகிறார்கள் என்பதையும் அந்தத் தோழர்கள் கவனிக்க வேண்டும். இன்னும் இராமகோபாலன் மட்டும்தான் அவர்களால் அய்ரோப்பாவுக்கோ கனடாவுக்கோ அழைக்கப்படவில்லை. அதற்கும் வாய்ப்புகள் இல்லாமலில்லை. இந்தத் தவறுகள் களையப்படாமல் நமது மக்களைச் சரியான அரசியற் திசையில் ஒருங்கிணைக்க முடியாது, இலங்கை அரசாங்கத்தை சவால் செய்ய முடியாது என்பதுதான் என்னுடைய கருத்தாக இருக்கிறது.

தியாகு:

புலிகள் இயக்கத்திடமும், புலிகளின் ஆதரவாளர்களிடமும் இடதுசாரிப் பார்வை இல்லை என்ற கருத்தை நான் ஏற்றுக் கொள்ளவில்லை. நீங்களே தொடக்கத்தில் சொன்னபோது புலிகளின் முதல் வேலைத் திட்டமே சோசலிசத் தமிழீழம் நோக்கி என்பதாகத்தான் இருந்தது என்று குறிப்பிட்டீர்கள். நெடுமாறனின் 'போர்முனையில் புலிகளுடன்' புத்தகத்தைப் படித்துப் பார்த்தால் சாதாரண இளம் புலிகள் கூட தங்கள் போராட்டத்தை, எப்படி தெற்காசியாவில் வல்லாதிக்க எதிர்ப்பு சக்திகளின் தொடக்கமாகப் பார்த்தார்கள் என்பதை அதில் பதிவு செய்திருக்கிறார். அந்த பார்வையில் இருந்து எந்த பெரிய மாற்றமும் வந்துவிடவில்லை. புலிகள் ஓர் அங்கீகரிக்கப்பட்ட அரசாங்கம் இல்லை என்றபோதிலும் அவர்களின் நிர்வாகத்துக்கு உட்பட்டப் பகுதியில் சாதி ஆதிக்கத்துக்கும், ஆணாதிக்கத்துக்கும் எதிராக பல நடவடிக்கைகளை மேற்கொண்டார்கள். அதற்கெல்லாம் நிறைய சான்றுகள் இருக்கின்றன. மே நாள் கொண்டாடுவதிலும் மற்ற செயல்பாடு களிலும் உலக அளவில் விடுதலைப் புலிகள் இயக்கம் அந்தந்தப் பகுதியின் இடதுசாரிக் குழுக்களுடன் இணைந்து செயல்பட்டதைப் பார்த்திருக்கிறேன். குறிப்பாக கிட்டு லண்டனில் இருக்கும்போது 'குர்திஷ் விடுதலை இயக்கம் உள்பட உலகத்தின் பல்வேறு விடுதலைக்குப் போராடும் இனங்களுடன் நமக்கு தொடர்பு இருக்கிறது. அது நம்முடைய தவறுகளைக் களைந்து, நம்மை செழுமைப்படுத்த உதவியிருக்கிறது' என்று சொன்னார்.

இறுதிக்கட்டத்தில் வெளிநாடுகளில் தன்னெழுச்சியாகப் போராடிய மக்களைப் பொறுத்த வரைக்கும் அவர்களுக்கு வந்த செய்திகளின் அடிப்படையில், அங்கு நடக்கும் பேரழிவை எப்படியாவது தடுத்து

நிறுத்த வேண்டும் என்ற எண்ணத்தினால் நடத்தப்பட்ட போராட்டங்கள். ஓர் உதாரணம் சொல்கிறேன். தமிழ்நாட்டைப் பொறுத்தவரை தீவிரமான சாதி ஒழிப்பு இயக்கங்கள், புரட்சிகர அரசியலை முன்னெடுக்கக்கூடிய இடதுசாரிக் குழுக்கள், திராவிடர் கழகம், பெரியார் திராவிடர் கழகம், தமிழ் தேச பொதுவுடைமைக் கட்சி, எங்களை மாதிரி இயக்கங்கள் எல்லோருமே தீவிரமாகப் புலிகளை ஆதரிக்கக் கூடியவர்கள்தான். மாவோ குழுக்களுக்கு புலிகளின் மீது விமர்சனங்கள் இருந்தாலும் கூட மையத்தில் அரசுக்கு எதிரான போராட்டம் என்ற அளவிலாவது ஆதரிக்கவே செய்கிறார்கள். அதனால் புலிகளுக்கு ஏகாதிபத்திய எதிர்ப்பு அரசியல் இல்லை என்று மொத்தமாக சொல்லிவிட முடியாது. சமீபத்தில் கூட 'தி இந்து'வில் பிரபாகரனின் பேட்டி மறுபிரசுரம் செய்யப்பட்டிருந்தது. பேட்டி எடுத்திருந்தவர் என்.ராம். நீங்கள் கேட்ட இதே கேள்வியை என்.ராமும் கேட்டிருக்கிறார்.'ஈழப் போராட்டத்தில் உங்களை மாதிரி விடுதலையை மட்டும் வலியுறுத்துகிறவர்கள் ஒரு குழுவாகவும், சோசலிசத்தை வலியுறுத்துகிறவர்கள் இன்னொரு குழுவாகவும் இருப்பதுபோல் தெரிகிறதே?' என்று கேட்டதற்கு பிரபாகரன் சிரித்துக்கொண்டே பதில் சொன்னார் என்று ராம் குறிப்பிடுகிறார். 'விடுதலையை மட்டும் வலியுறுத்துகிற நாங்கள் என்ன செய்யப்போகிறோம்? சோசலிசத்தை வலியுறுத்துகிற அவர்கள் என்ன செய்யப் போகிறார்கள். இறுதியில் செயல் என்பது ஒன்றுதானே?' என்று பிரபாகரன் பதில் சொல்கிறார். ஏற்கெனவே பொதுவுடைமை இயக்கங்கள் உள்பட பல்வேறு அமைப்புகளில் இருந்து பிறகு புலிகள் இயக்கத்தில் சேர்ந்தவர்கள் பலரை நான் பிரான்ஸ் உட்பட பல நாடுகளில் சந்தித்திருக்கிறேன். அவர்கள் எல்லாம் கூட புலிகளிடம் இருந்த இடதுசாரித் தன்மையைக் கண்டுதான் தங்களை இணைத்துக்கொண்டதாகக் குறிப்பிடுகிறார்கள். தோழர் சண்முக தாசன் கூட தமது நூலில் தமிழ் மக்களைப் பாதுகாக்க அன்றைய நிலையில் விடுதலைப் புலிகளால்தான் முடியும் என்று ஒப்புக் கொள்கிறார்.

என்னைப் பொறுத்த வரை இந்தியா பற்றிய புலிகளின் பார்வையைத்தான் அவர்களின் மிக முக்கியக் குறைபாடாக நினைக்கிறேன். இந்தியாவைப் பற்றிய தெளிவான பார்வை இருந்ததால்தான் அவர்களால் ஐ.பி.கே.எப்-ஐ எதிர்த்துப் போரிட

முடிந்தது. ஒப்பந்தத்தை நிராகரிக்க முடிந்தது. ஆனால் கடைசி சமயத்தில் இந்தியாதான் மிக நேரடியாக இந்தப் போரை நடத்துகிறது என்ற தெரிந்த போதிலும் 'நாங்கள் இந்தியாவைத்தான் நம்பியிருக் கிறோம், இந்தியா எங்களுக்கு எதிரி அல்ல' என்றெல்லாம் சொல்லும் நிலைமைக்குப் போனார்கள். 'இந்திய மக்களுக்கு நாங்கள் எதிரி அல்ல' என்று சொல்வது வேறு. இந்திய அரசை அவர்கள் எதிரியாக கருத வேண்டியத் தேவை இல்லை என்பதும் வேறு செய்தி. ஆனால் தன்னை அழிப்பனை மறுபடியும், மறுபடி யும் நண்பனாக அறிவித்துக்கொண்டிருக்கத் தேவையில்லை. இந்தியாவை இன்னும் கடுமையாக எதிர்த்திருக்க வேண்டும் என்பதுதான் எங்கள் பார்வை. மே 18க்குப் பிறகு உலகம் முழுவதும் இருந்து 'இந்தியாவை அனுசரித்து நடக்க வேண்டும்' என்ற கருத்துகள் வந்து கொண்டிருக்கின்றன. இதில் எனக்கு உடன்பாடு இல்லை. ஆனால் மொத்தத்தில் வரலாற்றைப் பார்க்கும் போது புலிகளிடம் இடதுசாரிப் பார்வை என்பது இருந்தது. இப்போது மறுபடியும் மீண்டு வருகிற போது நீங்கள் சொல்லக்கூடிய மாற்றங்கள் கணக்கில் எடுத்துக்கொள்ளப்பட்டு சரியான திசையில் போராட்டம் போகும் என்று நான் நம்புகிறேன்.

ஷோபாசக்தி:

புலிகள் இயக்கத்திடம் இடதுசாரிப் பார்வை உண்டென்று நீங்கள் சொல்வதை அவர்கள் நிச்சயமாகவே பதற்றத்துடனேயே எதிர்கொள்ள நேரிடும். லண்டனில் நடந்த மாவீரர் நாள் உரையில் ஆன்டன் பாலசிங்கம் ஜே.வி.பி-யினரைத் திட்டுவதற்காகத்தான் கம்யூனிசம் என்ற சொல்லை உச்சரித்தார். அவர் ஜே.வி.பி-யினரைக் 'கம்யூனிச பூதங்கள்' என்றார். ஈ.பி.ஆர்.எல்.எவ். இயக்கம் மார்க்ஸியக் கொள்கையைக் கொண்டிருந்ததால் அவர்கள் ஈழத்தமிழ் மக்களால் நிராகரிக்கப்பட்டார்கள்' என்று பாலசிங்கம் கூச்ச மில்லாமல் தனது புகழ்பெற்ற நூலான 'போரும் சமாதானமும்' நூலில் பதிவு செய்திருக்கிறார். மாவீரர் தின உரை ஒளிநாடாவையும் பக்க எண்களுடன் நூலையும் என்னால் ஆதாரமாகச் சமர்ப்பிக்க முடியும். தங்களது அரசியல் எதிரிகளை வசைபாடவே பாலசிங்கம் கம்யூனிசம், மார்க்ஸியம் போன்ற சொற்களை உபயோகித்தார்.

'சோசலிசத் தமிழீழம் நோக்கி' என்றொரு அரைகுறைப் பிரசுரத்தை வெளியிட்டதாலேயே ஒரு இயக்கம் இடதுசாரிக் கருத்துடையது

என்று ஆகி விடுமா? இலங்கை அரசுக்கு இன்றுவரை ‘இலங்கை சோசலிச சனநாயக் குடியரசு’ என்றுதான் பெயர். அதற்காக அது சோசலிசக் குடியரசு ஆகவிடுமா? ஹிட்லர் கூட சோசலிசம் என்ற முழக்கத்துடன்தான் அரங்கிற்கு வந்தான். புலிகள் தொழிற்சங்கத் தலைவர்களான அண்ணாமலையை, விஜயானந்தனைக் கொன்ற தெல்லாம் எந்தக் கணக்கில் சேர்த்தி? கட்டாயமாகச் சிறுவர்களைப் பிடித்துப் படையில் சேர்ப்பது எந்த வகையான சோசலிசத் தத்துவம்? அய்ரோப்பாவில் புலிகள் இந்துக் கோயில்களை நடத்துவதும் அங்கே பார்ப்பனர்கள் தேவபாசையில் மந்திரம் சொல்லி உண்டு கொழுப்பதும் சோசலிசத்தை நோக்கியதா அல்லது சாதியத்தை நோக்கியதா?

இந்து ராமின் கேள்விக்குப் பிரபாகரன் அளித்த பதிலில் ஏதாவது அறிவு நாணயம் உள்ளதா? ‘துன்பியல் சம்பவம்’ என்று சொன்னது போல இதுவும் ஒரு சொதப்பலான பதில் மட்டுமே. ஆனால் இதையொத்த ஒரு கேள்விக்கு வன்னிப் பத்திரிகையாளர் மாநாட்டில் பிரபாகரன் தட்டுத் தடுமாறாமல் பதில் சொன்னார். ‘அமையப் போகும் தமிழீழத்தின் பொருளாதரக் கொள்கை என்ன?’ என்று கேட்கப்பட்ட கேள்விக்குப் பிரபாகரன் ‘தமிழீழத்தின் பொருளாதாரக் கொள்கை திறந்த பொருளாதாரக் கொள்கையே’ என்றார். புலிகளிடம் இடதுசாரி அரசியலின் தடயமே கிடையாது. மலையகத்திலே பெருந்தோட்டத் தொழிலாளர்கள் ஊதிய உயர்வையும் அடிப்படை வேலை உரிமைகளையும் கோரி மாதமொரு தொழிற்சங்கப் போராட்டம் நடத்துகிறார்கள். அவர்களும் தமிழர்கள்தானே! புலிகள் இந்த வேலை நிறுத்தங்களிற்கு ஆதரவாகவோ தொழிலாளர்களின் உரிமையை வலுயுறுத்தியோ ஒரு துண்டுப்பிரசுரமாவது வெளியிட்டதுண்டா? காட்ட முடியுமா?

புலிகள் வெளிநாடுகளில் மேதின ஊர்வலத்தை பிற இடதுசாரி களோடு சேர்ந்து நடத்துகிறார்கள் என்பதில் ஒரு திருத்தமுண்டு. இடதுசாரிகள் நடத்தும் மேதின ஊர்வலங்களில் இவர்கள் தனி அணியாகக் கலந்துகொண்டு எங்கள் தலைவன் பிரபாகரன் என்று கோஷமிட்டுக்கொண்டு போவார்கள். மற்றையவர்களின் கைகளில் கார்ல் மார்க்ஸினதும் லெனினதும் படங்களிருந்தால் இவர்களின் கையில் பிரபாகரனின் படமிருக்கும். அவர்களின் கையில் தொழிலாளர்களுக்காக வாழ்ந்து மடிந்தவர்களின் படங்கள்.

இவர்களின் கையில் கம்யூனிஸ்ட் இயக்கங்களைத் தடைசெய்து தொழிற்சங்கத் தலைவர்களைக் கொன்றவரின் படம். நான் பார்க்காத புலிகளின் மே தினக் கூட்டங்களா? அவர்களின் மே தினக் கூட்டங்களில் புரட்சிக் கம்யூனிஸ்ட் கட்சியின் ‘தொழிலாளர் பாதை’ பத்திரிகையை விற்றுப் புலிகளின் தாக்குதலைச் சந்தித்த அனுபவமெல்லாம் எனக்குண்டு. அவர்களின் மே தினக் கூட்டத்தில் தொழிலாள வர்க்க நலன்கள் குறித்த பரப்புரைகள் நடப்பதில்லை. அவர்கள் அங்கே தமிழ்த் தேசிய வலதுசாரி அரசியலைத்தான் பேசுவார்கள். பொதுவுடைமைக் கட்சியிலிருந்து புலிகள் இயக்கத்துக்குச் சென்றவர்களை நீங்கள் சந்தித்திருப்பதாகச் சொன்னீர்கள். அதுதான் நமது சாபக்கேடு தோழர். பொதுவுடைமைக் கட்சியிலிருந்து பி.ஜே.பி.க்கு கூட போகிறார்கள். தனி நபர்களை விடுங்கள். தமிழகத்தில் கடந்த நாடாளுமன்றத் தேர்தலில் பொதுவுடைமைக் கட்சியே ஜெயலலிதாவிற்குப் பின்னால் போகவில்லையா? நம்மால் என்ன செய்துவிட முடிந்தது?

நெடுமாறனின் நூலையெல்லாம் ஓர் ஆதாரமாக நாம் கொள்வதென்றால் பிரபாகரன் இப்போதும் உயிருடன் உள்ளார் என்பதையும் நாம் ஏற்றுக்கொள்ள நேரிடும். புலிகளைத் தாங்கிப்பிடிப்பதற்காக எந்த ரேஞ்சுக்கும் இறங்கிப் பொய்யுரைக்கக் கூடியவர் அவர். இப்போதுகூட ‘நேற்றுக் கூடத் தம்பியிடம் தொலைபேசியில் பேசினேன். அவர் பாதுகாப்பாக உள்ளார்’ என்று சொல்லி நிலைமையின் தீவிரம் புரியாமல் ஏதோ வேடிக்கை அரசியல் செய்துகொண்டிருப்பவரின் பேச்சையெல்லாம் நாம் ஆதாரமாகக் கொள்ளத் தேவையில்லை.

சாதியம் குறித்து வருகிறேன். புலிகள் தமது கட்டுப்பாட்டுப் பிரதேசங்களில் குடிமைத் தொழில் முறைமையை ஒழித்தார்கள், சாதி சொல்லி இழிவுபடுத்தப்பட்டபோது இழிவு செய்தவர்களிற்குத் தண்டனை வழங்கினார்கள் என்பதெல்லாம் உண்மையே. பிரபாகரனிடம் ஆதிக்க சாதி வெள்ளாளர்களுக்கு எதிரான மனோபாவம் அவரின் இளமைக்காலம் முதலே இருந்தது என்பதையும் ராகவன் போன்ற அவரது இளமைக்காலத் தோழர்கள் சொல்லக் கேட்டிருக்கிறேன். ஆதிக்க சாதி வெள்ளாளர்களுக்கு எதிரான மனோபாவம் அவரிடம் இருந்தது என நான் சொல்லும் போது நான் பிரபாகரனிடம் புதிதாக ஒரு குற்றத்தைக் கண்டுபிடிக்க

முயல்கிறேன் என்று புலிகளின் ஆதரவாளர்கள் நினைப்பதற்கு வாய்ப்பிருக்கிறது. இந்த இடத்தில் நான் பிரபாகரனை ஆதரித்தே பேசுகிறேன் என்பதை அவர்கள் தயவுசெய்து புரிந்துகொள்ள வேண்டும்.

ஆனால் புலிகள் எல்லா அதிகாரங்களையும் தங்கள் வசம் வைத்திருந்தும்கூட சாதியொழிப்புப் போராட்டத்தை அவர்கள் அரசியல் ரீதியாக முழு வேகத்தோடு முன்னெடுக்கவில்லை என்பதுதான் என்னுடைய விமர்சனம். குடிமைத் தொழில் முறையை ஒழிப்பது, சாதி சொல்லி இழிவு செய்தால் தண்டனை வழங்குவது, கலந்துண்பது, சாதிமறுப்புத் திருமணம் போன்றவையெல்லாம் மிகவும் மேலோட்டமான சீர்திருத்த நடவடிக்கைகள் மட்டுமே. சாதியத்திற்கு ஆதாரமாயிருக்கும் இந்து மதத்தையும் சாஸ்திரங் களையும் அடியோடு கில்லியெறியாமல் சாதியை ஒழிக்க முடியாது. இந்தக் கருத்தை நான் அம்பேத்கரிடம் பெற்றுச் சொன்னேன். புலிகள் இந்து மதத்திற்கெதிராக ஒரு வார்த்தையையாவது பொதுக் களத்தில் வைத்தார்களா? வே.பாலகுமாரன் போல சில தனிநபர்கள் இந்து மதத்திற்கு எதிரான கருத்துகளுடன் புலிகளிற்குள் இருந்திருக்கலாம். ஆனால் புலிகளின் அரசியல் வேலைத் திட்டத்தில் அதற்கு இடம் கிடையாது. மிகவும் மேலோட்டமான சீர்திருத்தங்களைத் தவிர புலிகள் சாதியொழிப்பில் எதையும் சாதித்ததில்லை என்பதுதான் எனது விமர்சனம். புலிகள் இயக்கத்தின் அப்போதைய அதீத பலத்தையும் கட்டமைப்பையும் வைத்துப் பார்த்தால் அவர்கள் தங்கள் சக்தியில் ஆயிரத்தில் ஒருபகுதியைக் கூட சாதியொழிப்பில் செலவு செய்யவில்லை என்பதே உண்மை. ஆலய நுழைவுப் போராட்டங்களைக் கூட அவர்கள் நடத்தியது கிடையாது. அவர்களின் ஆட்சிக் காலத்திலேயே யாழ்ப்பாணத்தில் மட்டும் 150ற்கும் மேற்பட்ட கோயில்களிற்குள் தலித்துகள் நுழைவதற்குத் தடையிருந்தது என ஆதாரங்களோடு புதிய சனநாயக் கட்சியின் ‘புதிய பூமி’ பத்திரிகை பதிவு செய்திருக்கிறது.

சாதியொழிப்புப் போரை நடத்தினால் பெரும்பான்மை ஆதிக்க சாதியினரிடமிருந்து தாங்கள் அந்நியப்பட்டுப் போய் விடுவோம் என்றஞ்சி புலிகள் சாதியொழிப்பை முன்னெடுக்காமல் கைவிட்டார்கள் என்பதுதான் எனது விமர்சனம். யாழ் நூலகத் திறப்பு விழா தலித் சாதியைச் சேர்ந்த மேயர் செல்லன் கந்தையன்

தலைமையில் நடைபெறுவதைப் பொறுக்க முடியாமல் ஆதிக்க சாதியினர் எதிர்ப்புத் தெரிவித்தபோது திறப்பு விழாவைப் புலிகள் தடுத்து நிறுத்தியது, தீண்டாமை ஒழிப்பு வெகுசன இயக்கத்தை இயங்க விடாமல் செய்தது, நடேசு, மத்தியாஸ், கணபதி ராசதுரை போன்ற தலித் மக்களின் தலைவர்களையும் அறிவுஜீவிகளையும் கொலை செய்தது, சமூக விரோதிகள் எனக் குற்றஞ்சாட்டி ஏராளமான தலித் இளைஞர்களை மின்கம்பங்களில் அறைந்து கொன்றது போன்ற கணக்கற்ற துரோகங்களைப் புலிகள் தலித்துகளிற்குச் செய்திருக்கிறார்கள்.

தவறுகளைச் செய்து விட்டோம், இனி வேறுமாதிரியான போராட்டங்களை முன்னெடுப்போம் என்று இப்போது புலிகள் சொல்வதெல்லாம் வெறும் இணைய அறிக்கைகள் அளவிலேயே நின்றுவிடுகின்றன. ‘புலிகள் தங்களது தவறுகளைக் களைந்து சனநாய நெறிகளுடனான அரசியல்பாதைக்குத் திரும்புவார்களானால் அதைவிட மகிழ்ச்சியான செய்தி தமிழ் மக்களிற்குக் கிடையாது’ என்று 2008 அக்டோபர் மாத தீராநதி இதழில் சொல்லியிருந்தேன். இன்று புலிகள் இராணுவ ரீதியாக முற்றாக அழிக்கப்பட்டிருந்தாலும் ஒரு பகுதி மக்கள் இன்னும் புலிகளை ஆதரித்துக்கொண்டு தானிருக்கிறார்கள். குறிப்பாகப் புலம்பெயர் நாடுகளில் இன்னும் புலிகளிற்கு ஆதரவுத்தளம் இருக்கிறது. நீங்கள் குறிப்பிட்டதுபோல தவறுகளைத் திருத்திக்கொண்டு சனநாயக நெறிகளுடன் அவர்கள் திரும்பி வருவார்களானால் அது எனக்கும் மகிழ்ச்சியான செய்தியே. ஆனால் அவ்வாறு நடப்பதற்கான எந்த அறிகுறிகளும் அவர்களிடம் இல்லாததுதான் வருத்தமான உண்மை. இப்போது கூட அவர்கள் தலைவர் வருவார், மாவீரர் தின உரை நிகழ்த்துவார் போன்ற தகிடுதத்த அரசியலைத்தான் செய்து கொண்டுள்ளார்கள். முதலில் நாம் அய்ரோப்பாவிடமும் அமெரிக்காவிடமும் அங்கீகாரம் பெறுவதே முக்கியமானது எனக் காய்ச்சல் கண்டவனைப் போல பிதற்றிக் கொண்டிருக்கிறார்கள். அவர்களுக்குக் கிடைத்த படுதோல்விக்கு தங்களது பங்கு என்ன என்பதை ஆய்வு செய்தறியாமல் ‘துரோகத்தால் வீழ்ந்தோம்’ என்று பஞ்ச் டயலாக் பேசுகிறார்கள். தங்களைக் கறாராகவும் பகிரங்கமாகவும் சுயவிமர்சனம் செய்துகொண்டு அவர்கள் அரசியல் களத்திற்கு வரா விட்டால் அவர்கள் அரசியல்ரீதியாகச் சீக்கிரமே முற்றாக அழிந்து போய் விடுவார்கள். களத்தில் இழந்த முப்பதாயிரம் போராளிகளின்

பொருட்டாவது அவர்கள் தங்களது அரசியல் நிலைப்பாடுகளைத் திருத்திக்கொள்ள வேண்டும்.

தியாகு:
முதலில் ஒரு செய்தி. ஏற்பட்டிருக்கும் பின்னடைவுக்கான காரணங்களாக இராணுவத் தவறுகள், அமைப்பியல் தவறுகள், அரசியல் தவறுகள் எனப் பலவற்றை நாம் சொல்லிக் கொண்டிருக்கலாம். அதெல்லாம் ஒரு பக்கம் இருக்கட்டும். அடிப்படையில் நடந்துவிட்ட வீழ்ச்சியையும், பின்னடைவையும் ஏற்றுக்கொண்டுதான் நாம் இங்கே பேசிக்கொண்டிருக்கிறோம். 'அதெல்லாம் ஒன்றும் கிடையாது. பெரிய வெற்றிதான்' என்றெல்லாம் நாம் பேசவில்லை. ஆனால் வீழ்ச்சி யாருக்கு வரும் என்றால் எழுச்சி கண்டவனுக்குதான் வரும். ஏற்கெனவே முன்னேறியவனுக்குதான் பின்னடைவு வரும். முன்னேறாத வனுக்குப் பின்னடைவு கிடையாது. எழுச்சி கொள்ளாதவனுக்கு வீழ்ச்சியும் கிடையாது. பின்னடைவுக்கும் வீழ்ச்சிக்கும் இவை காரணங்கள் என்றால், பின்னடைவுக்கு முந்தைய வளர்ச்சிக்கும் எழுச்சிக்கும் என்ன காரணம் என்பதை நாம் ஆராய வேண்டும். அந்தக் காரணங்களைப் பேசும் போதுதான் அதில் என்ன மாற்றம் ஏற்பட்டிருக்கிறது என்பதை அறிய முடியும். ஓர் இயக்கம் இராணுவ வகையில் தோல்வியடைவதற்குப் பல காரணங்கள் இருக்கலாம். மிகச் சுருக்கமான காரணமாக, எதிரியின் அபரிமிதமான இராணுவ வலிமை ஒன்றே ஓர் இயக்கத்துக்குத் தோல்வியைக் கொடுக்கலாம். எதிரியின் அந்த அபரிமிதமான இராணுவ வலிமையைச் சந்தித்து முறியடிப்பதுதான் ஒரு விடுதலை இயக்கத்தின் பணி.

ஓர் அரசு என்ற முறையிலும், பிற வகைத் தொடர்புகளாலும் எதிரி எப்போதுமே வலுவாகத்தான் இருப்பான். எனவே என்ன தவறுகள் ஏற்பட்டன, எதிரியின் வலுவைப் பற்றிக் குறைத்து மதிப்பிட்டோமா, நம்முடைய வலிமையைப் பற்றி மிகையாக மதிப்பிட்டு விட்டோமா என்பதை எல்லாம் இனிதான் ஆராய வேண்டும். அதற்கு ஈழச் சமூகம் பற்றிய ஒரு பார்வையும், பகைவனைப்பற்றிய ஒரு பார்வையும், மக்களை ஒன்று திரட்டுகிற விடுதலை அரசியல் பற்றிய பார்வையும் தேவை. அதன் அடிப்படையில் இந்த எழுச்சியும் வளர்ச்சியும் எப்படி ஏற்பட்டது என்பதைப் பரிசீலிக்க வேண்டும். அப்போதுதான் பின்னடைவைப்

பற்றியும், சரிவைப் பற்றியும் ஆராய முடியும். புலிகள் இயக்கத்தை இந்த அடிப்படையில் பார்க்கிறபோது எத்தனையோ விலகல்கள், பிறழ்வுகள், பிழைகளுக்கு நடுவில் மொத்தத்தில் விடுதலை அரசியலை சரியாக முன்னெடுத்துச் சென்றதால்தான் ஒரு வெற்றிகரமான விடுதலை இராணுவமாகப் பரிணமிக்க முடிந்தது. இந்த அளவுக்குகு முன்னேறிச் சென்றதற்கும் அதுவே காரணம் என்று நான் கருதுகிறேன். நீங்கள் சொல்கிற வீழ்ச்சிக்கான காரணங்கள் என்றென்றைக்கும் இப்படியேதான் இருந்தன என்றால் எதுவுமே வந்திருக்காது. அதனால் எல்லாக் கோணத்தில் இருந்தும் ஆராய வேண்டும். பின்னடைவுக்குப் பல காரணங்கள் இருக்கலாம். அதில் நீங்கள் சொல்வது ஒரு பகுதி உண்மையாக இருக்கலாம். இவை எல்லாவற்றையும் மீண்டு வரும் போது அவர்களும் பரிசீலிப்பார்கள். ஒன்றில் மட்டும் நான் உறுதியாக நிற்கிறேன். தேசிய இன விடுதலை என்பதும், தேசிய அரசு உருவாக்கம் என்பதும் ஜனநாயகப் புரட்சியின் இன்றியமையாக் கூறுகள். அது இலங்கை என்று வேண்டாம், இந்தியா என்று வேண்டாம், நீங்கள் ஐரோப்பிய தேச அரசுகளின் உருவாக்கம் national state formation-இல் தொடங்கிப் பார்த்தால் ஜனநாயகப் புரட்சி என்பதே தேச அரசுகள் உருவாக்கத்தின் வரலாற்றுடன் இணைந்ததுதான்.

பிரெஞ்சுப் புரட்சி தொடங்கி ஈழப் புரட்சி வரைக்கும் ஒவ்வொன்றும் தேசிய இன களங்களில்தான் நடத்தப்பட்டது. தங்கதுரை சொன்னது மாதிரி ‘தமிழ்த் தேசிய விடுதலைதான் சிங்கள விடுதலைக்கு வழி வகுக்கும்’. விடுதலை பெற்ற சிங்கள இனமும், தமிழினமும்தான் ஒன்றுபட முடியுமே தவிர, பேரினவாத ஆட்சிக்குக் கீழிருக்கிற சிங்கள இனமும், விடுதலைக்குப் போராடுகிற தமிழினமும் ஒன்றுபடுவது சாத்தியம் இல்லை. ஒருவரை ஒருவர் ஆதரிக்கலாம். இந்தப் பேரழிவில் கூட நல்ல ஜனநாயக சக்திகள் அவர்களின் வரம்புக்கு உட்பட்டு தமிழ் மக்களுக்கு ஆதரவாகப் பேசினார்கள், எழுதினார்கள். ஆனால் இணைந்த போராட்டம் என்பது சாத்தியம் இல்லை. அது இருவேறு வேகத்தில் ஓடும் மாடுகளை ஒரே வண்டியில் பூட்டுவது போல் ஆகிவிடும். இந்தியாவிலும் அப்படித்தான். தமிழ்நாடு விடுதலைக்குப் பிறகுதான் வேறு இனங்களுடன் கூட்டணியோ, கூட்டாட்சியோ, மற்றதோ சாத்தியம். தமிழ்நாடு விடுதலையை ஒத்துக்கொள்ளாத எந்த ஒரு இயக்கமும் ஜனநாயக சக்தியாக இருக்க

முடியாது. அவர்களுடன் இணைந்து இந்தியப் புரட்சி எல்லாம் சாத்தியம் இல்லை. இது ஈழத்துக்கும் பொருத்திப்பார்க்கக் கூடிய ஒன்றுதான். இன்று சூழல் கடினமானதாக இருக்கலாம். காலம் போகப்போக நிலைமைகள் மாறலாம். நான் சொன்னதுபோல சிங்களத்தில் ஏற்படக்கூடிய மாற்றங்கள் தமிழீழப் போராட்டத்தில் தாக்கம் செலுத்தலாம். இதெல்லாம் பிறகு. இப்போதைக்கு சிங்களர் தமிழர் இணைவுக்கான சாத்தியங்கள் இல்லை என்பதே என் கருத்து.

ஷோபாசக்தி:
எழுச்சி என்பது இருந்தால்தான் வீழ்ச்சி வரும் என்றும், அந்த எழுச்சி எப்படிச் சாத்தியப்பட்டது என்றும் நீங்கள் கேட்டீர்கள். ஈழப்போராட்டத்தின் எழுச்சியை சாத்தியப்படுத்தியது இலங்கை இனவாத அரசு. வீழ்ச்சியைக் கொண்டு வந்தது புலிகள். இதுதான் உண்மை. ஈழப் போராட்டத்தின் மிகப்பெரிய எழுச்சிக்காலம் 83 முதல் 86 வரையிலான காலப்பகுதிதான். 1983ற்கு முன்பு புலிகள் உட்பட எல்லா இயக்கங்களையும் சேர்த்து ஒரு நூறு பேர்கள்தான் இருந்தார்கள். இந்த இயக்கங்கள் மக்களிடையே அரசியல் வேலைகளைச் செய்து மக்களை அமைப்புமயப்படுத்த வழியற்று இருந்தார்கள். 83 ஜூலை இனக் கலவரம், வெலிக்கடை சிறைச்சாலையில் தங்கதுரை, குட்டிமணி, ஜெகன் ஆகியோர் கொல்லப்பட்ட நிகழ்ச்சிகள், தெற்கிலங்கையில் இருந்து தமிழர்கள் அகதிகளாக வடக்கில் வந்திறங்கிய சம்பவங்கள்... இவை எல்லாம் சேர்ந்துதான் ஈழப் போராட்டத்தின் எழுச்சிக் காலகட்டத்தைத் தொடங்கி வைக்கின்றன. அரசாங்கத்தின் இனவாதமே விடுதலைப் புலிகளின் இருப்புக்கான புறவயமான காரணமாக அமைந்தது. ஆகவே இந்த எழுச்சி என்பது சிங்கள அரசின் இனப் படுகொலைகளாலும், அராஜகங்களாலும் உருவான ஒன்று. அப்படி உருவான எழுச்சியை நமது விடுதலை இயக்கங்கள் சரிவரப் பயன்படுத்தாமல் சீரழித்ததால்தான் இந்த வீழ்ச்சி ஏற்பட்டது என்று நான் கருதுகிறேன்.

விடுதலை இயக்கங்களின் நாட்டாமைத்தனத்தினால் மக்கள் போராட்டத்தில் இருந்து அந்நியப்பட்டார்கள். விடுதலை இயக்கங்களின் அராஜகங்களால் விடுதலைப் போராட்டத்தின் தார்மீகம் சிதைக்கப்பட்டது. முள்ளிவாய்க்காலில் மூன்று லட்சம் மக்கள் தடுத்து வைக்கப்பட்டு எந்த நேரமும் மிகப்பெரும் பேரழிவு நடைபெறலாம் என்ற சூழலில் முஸ்லீம் மக்களிடம் இருந்து ஒரு

ஆதரவுக் குரல் ஒலிக்கவில்லை, பெரிய போராட்டங்கள் எதுவும் நடக்கவில்லை. சிங்கள மக்களிடம் இருந்து அமைப்புமயப் படுத்தப்பட்ட எதிர்க் குரல்கள் எழவில்லை. யாழ்ப்பாணத்திலும் மட்டக்களப்பிலும் எந்தப் போராட்டமும் நடக்கவில்லை. கடந்த காலங்களில் நமது விடுதலை இயக்கங்களின் தவறுகளினால் மக்கள் பல்வேறு குழுக்களாகவும், பகைவர்களாகவும் மாற்றப்பட்டு விட்டார்கள். இவையும் இந்த வீழ்ச்சிக்கான முக்கியக் காரணங்கள். இன்று ஈழத்திலுள்ள மக்கள் தமிழீழம் என்பதை விரும்பினால் அதை தடுப்பதற்கு நாம் யார்? அதேவேளையில் அதை வெளியில் இருந்தும் திணிக்க முடியாது. நீங்கள் இந்தியாவில் இருந்துகொண்டும் திணிக்க முடியாது. நான் இருபது வருடங்களாக ஐரோப்பாவில் அகதியாக இருந்துகொண்டும் திணிக்க முடியாது. எல்லாவித சித்தாந்தங் களுக்கும் முழக்கங்களுக்கும் அப்பால் ஈழத்திலிருக்கும் மக்கள் திரளின் விருப்பமும் அவர்களின் நலனுமே முக்கியமானவை. எந்த வகையான போராட்டத்தை அல்லது அரசியலை முன்னெடுப்பது என்பது அவர்களின் தேர்வு. ஆனால் இந்தப் போராட்டத்தின் பெயரால் அராஜகங்கள் நடக்கக்கூடாது, நமது மக்களை நாமே கொல்லக்கூடாது என்பதுதான் நமது கோரிக்கை. முட்டாள்தனமான அரசியல் முன்னெடுப்புகளால் நமது மக்களை மீளமுடியாத கொலைக் களத்திற்குள் தள்ளி விடக்கூடாது என்பதுதான் நமது கோரிக்கை.

தியாகு:
இதில் மாற்றுக் கருத்தே கிடையாது. மக்களைக் கொல்ல வேண்டும் என்று யாரும் சொல்வார்களா?

ஷோபாசக்தி:
நான் ஆயுத வன்முறை என்று பேசும்போது வெறுமனே போராட்ட இயக்கங்களை மட்டுமே கணக்கெடுத்துப் பேசுகிறேன் என்று நீங்கள் தயவு செய்து கருதக்கூடாது. போராட்ட இயக்கங்கள், அரசுகள் இரண்டு தரப்பினதும் ஆயுத வன்முறைகளைக் கணக்கிற்கொண்டே பேசுகிறேன். எனினும் இன்றைய சூழலில் போராளி இயக்கங்கள் ஆயுத அரசியலை முன்னெடுப்பது பரந்துபட்ட மக்களின் அழிவுக்கே வழிவகுக்கும் என்று ஒரு கருத்து உலகளவில் வலுவாக உருவாகி வருகிறது. இதுவரை இவ்வாறான கருத்துகளை பெரும்பாலும் அரசுகள்தான் சொல்லிக்கொண்டிருந்தன. அல்லது காந்தியாரைப்

போன்ற அகிம்சையாளர்கள் சொல்லிக்கொண்டிருந்தார்கள். ஆனால் இப்போது ஆயுதப் போராட்ட சக்திகளிற்கு ஆதரவாக இருந்தவர்களே அவ்வாறுதான் சொல்கிறார்கள். நேபாளம் ஒரு எடுத்துக்காட்டு. ஹியூகோ சாவேஸ் போன்ற லத்தீன் அமெரிக்க இடதுசாரித் தலைவர்களும் அவ்வாறுதான் சொல்கிறார்கள். ஆனால் ஆயுதப் போராட்டத்தை ரொம்பவும் மனோரதியமாகவும், சாகச மயக்கத்துடனும் நோக்குபவர்கள் ஆயுதப் போராட்டத்தின் விளைவுகளாக ஏற்படும் அழிவுகளைக் குறித்து ஒரு ஒப்பாரிக் கவிதையை மட்டும் பாடிவிட்டு ஒரு போராட்டத்தின் நியாய அநியாயங்களுக்கு அப்பால் ஆயுதப் போராட்டத்தை உறுதியாக ஆதரித்து நிற்பதை நீங்கள் எப்படிப் பார்க்கிறீர்கள்? போரில் எவன் வீட்டுப் புள்ளயோ தானே சாகுது என்ற அலட்சியத்தின் குரலாகத்தான் நான் இத்தகைய குரல்களை மதிப்பிடுகிறேன்.

தியாகு:

பொதுவாகவே ஆயுதப் போராட்டத்தை முன்னெடுத்தாக வேண்டும் என்று எந்தவித கட்டாயமும், கட்டளையும் இல்லை. ஆயுதப் போராட்டம் என்பது என்றைக்குமே பகைவனால் சுமத்தப்படுகிற ஒன்றுதான். அப்படி சுமத்தப்படும்போது நாங்கள் ஆயுதப் போராட்டம் நடத்த மாட்டோம் என்று முன் ஒப்புதல் கொடுப்பது என்பது மக்களை நிராயுதபாணியாக்கி விடும். அதனால் ‘உடனே ஆயுதப் போராட்டம் நடத்துங்கள், முகாமில் எல்லோருக்கும் ஒரு துப்பாக்கிக் கொடுங்கள்’ என்றெல்லாம் நாம் சொல்லவில்லை. அதேபோல ஒட்டுமொத்தமாக ஆயுதப் போராட்டத்தின் காலம் முடிந்துவிட்டது என்ற கருத்தையும் நாம் ஏற்றுக்கொள்ளவில்லை. மாவோயிஸ்டுகளின் பத்தாண்டுகால ஆயுதப் போராட்டம்தான் நேபாள மக்களின் எழுச்சிக்கு வழி வகுத்தது. நாம் ஒன்றும் நேரடியாக ஆயுதப் புரட்சி நடத்தி ஆட்சியைப் பிடித்துவிட வேண்டும் என்று பார்க்கவில்லை. ஒரு ஜனநாயகப் போராட்டத்துக்கு அரசமைப்புப் பேரவையைக் கூட்ட வேண்டும் என்ற முழக்கத்தை எல்லோரையும் ஏற்றுக்கொள்ள வைப்பதற்கு இந்த ஆயுதப் போராட்டம் உதவியிருக்கிறது. மெக்ஸிக்கோவில் சியாபாஸ் இயக்கம் உள்பட இன்றைக்கு உலகின் பல பகுதிகளில் ஆயுதப் போராட்டங்கள் நடந்துகொண்டுதான் இருக்கின்றன. ஆனால் தேவையே இல்லாமல் ஒரு வலிமிக்க ஆயுதப் போராட்டத்தை மக்கள் மீது சுமத்தக்கூடாது. சுமத்த வேண்டிய தேவையும் இல்லை.

ஒரு போராட்டத்தின் வளர்ச்சிப்போக்கில் எதிரியின் அணுகுமுறை தான் ஆயுதப் போராட்டம் தேவையா இல்லையா என்பதை தீர்மானிக்கிறது. அதை முகம் கொடுத்து சந்தித்து முறையாக மக்களை அணி திரட்டுகிற அரசியல் இருக்கிற போது போராட்டம் வெற்றிபெறும்.

புலிகளின் போராட்டத்தைப் பொறுத்தவரைக்கும் புலிகள் என்று நான் புரிந்து கொள்வதே குறிபிட்ட ஒரு தலைவர் என்றோ, குறிப்பிட்ட ஒரு குழு என்றோ அல்ல. அவர்கள் முன்வைத்த அரசியல் நிலைப்பாட்டைதான். வட்டுக்கோட்டைத் தீர்மானம், 85-இல் திம்பு பேச்சுவார்த்தை, 87-இல் இந்திய அமைதிப்படைக்கு எதிரான நடவடிக்கை, 2003-இல் அவர்கள் முன்வைத்த இடைக்காலத் தன்னாட்சிக்கான தீர்வு, அதன் மீது நடைபெற்ற 2004 நாடாளுமன்றத் தேர்தல், இப்போது கடைசியாக நடந்திருக்கிற போராட்டம்... இதனுடைய தொடர்ச்சியாகப் பார்க்கும் போது புலிகள் என்பவர்கள் அந்த நிலைப்பாடுகளின் குறியீடுதான். இன்று அந்த அமைப்பு சிதைந்து போயிருக்கலாம், வீழ்ந்து போயிருக்கலாம்... அதெல்லாம் வேறு. ஆனால் தமிழ் மக்கள் அந்தக் கொடியையும், தலைவனின் படத்தையும் அடையாளங்களாகப் பார்க்கிறார்கள் என்றால் அது அந்த அரசியலின் தொடர்ச்சியே.

வடலி:

இன்று குமரன் பத்மநாபா, உருத்திரகுமாரன் போன்றவர்கள் ‘இந்தியாவின் தயவு இல்லாமல் தமிழீழம் சாத்தியம் இல்லை’ என்று தொடர்ந்து பேசி வருகிறார்கள். ஆனால் ஈழத் தமிழ் மக்களை அழித்ததில் இந்தியாவின் பங்கு கணிசமானதாக இருக்கிறது. இந்தியா என்பது ஈழத் தமிழர்களை விட தமிழ்நாட்டுத் தமிழர்களுக்கே அதிக ஆபத்தானதாக இருக்கும் நிலையில் இதற்கு எதிராக தமிழகத் தமிழ்தேசிய சக்திகள் என்ன செய்யப் போகின்றன?

தியாகு:

பெரியார் தி.க., நாங்கள், தமிழ் தேசப் பொதுவுடைமைக் கட்சி... எல்லாம் சேர்ந்து அமைத்த தமிழர் ஒருங்கிணைப்பில் ‘மகிந்த ராஜபக்சேவையும், மன்மோகன் சிங்கையும் கூண்டில் ஏற்ற வேண்டும்’ என்பதைத்தான் முதன்மைக் கோரிக்கையாக வைத்தோம். இலங்கைத் தமிழர் பாதுகாப்பு இயக்கம் இப்படி ஒரு கோரிக்கையை

வைக்கவில்லை, அது வேறு செய்தி. அவர்கள் ஈழத் தமிழர் என்று சொல்லவே தயங்குகிறார்கள். நாங்கள் அப்படி கோரிக்கை வைத்ததால் இருவரையும் பிடித்து வைத்து விசாரணை நடத்திவிட முடியும் என்பதல்ல. இருவரையும் நாங்கள் ஒன்றாகத்தான் பார்க்கிறோம் என்பதே இதன் பொருள். 'இந்தியாவுடன் எந்த சமரசமும் கிடையாது. எப்படி யூதர்கள் ஹிட்லரை மன்னிக்க மாட்டார்களோ, அதுபோல தமிழர்கள் சோனியா காந்தியை மன்னிக்கக்கூடாது' என்பதை நாம் தொடர்ந்து வலியுறுத்திக்கொண்டு வருகிறோம். புலம்பெயர் ஈழத் தமிழர்களோ, எஞ்சியிருக்கிற புலிகளின் தலைவர்களோ இதேவிதமான அழுத்தத்தை இந்தியாவுக்குக் கொடுக்கவில்லை என்றாலும் கூட, இந்தியாவைக் கொஞ்சி, கெஞ்சி சரி பண்ணிவிடலாம் என்று நினைத்து செய்யப்படும் முயற்சிகள் தவறானவை. அதேபோல 'இலங்கைக்கு இந்தியா ஆயுதம் கொடுக்கவில்லை என்றால் சீனா கொடுக்கும். அப்படி நடந்தால் அது இந்தியப் பாதுகாப்புக்கு ஆபத்தாகி விடும்' என்று சிலர் சொல்கிறார்கள். நமக்கு என்ன இந்தியப் பாதுகாப்பு மீது அக்கறை வேண்டிக்கிடக்கிறது? நம் தேசம் தமிழ்தேசம் என்றானப் பிறகு இந்தியத் தேசத்தைப்பற்றி ஏன் கவலைப்பட வேண்டும்?

இதில் எல்லாவற்றிலும் அடிப்படையான ஒரு பார்வைக் குறைபாடு இருக்கிறது. நல்ல முதிர்ச்சிபெற்ற வல்லாதிக்க அரசுகள் உள்பட பெரும்பாலான அரசுகள் பாதுகாப்பு என்பதை மக்கள் அரசியலுடன் தொடர்புப்படுத்தியே பார்க்கிறார்கள். உதாரணமாக சமீபத்தில் மும்பைத் தாக்குதல் சம்பவம் நடந்தது. அதைத் தொடர்ந்து கிருஷ்ணய்யர் 'தி இந்து'வில் ஒரு கட்டுரை எழுதினார். அதில் *a democratic approach to security is locking* என்று எழுதியிருந்தார். பாதுகாப்பு என்பதற்கு ஒரு ஜனநாயக அணுகுமுறை இருக்கிறது. இதன் அர்த்தம் என்ன? மும்பைத் தாக்குதல் நடத்துவதற்கு வந்தவர்கள் பாகிஸ்தானில் இருந்து படகில் ஏறித்தான் வந்திருக்கிறார்கள். வரும் வழியில் ஒரு மீனவரின் படகைப் பிடித்து மீனவரைக் கொலை செய்துவிட்டு அந்தப் படகில் மும்பை வருகிறார்கள். வழி நெடுக எத்தனையோ மீனவர்களைக் கடந்துதான் வந்திருப்பார்கள். அவர்கள் யாரும் வந்தவர்கள் மீது எந்த சந்தேகமும் கொள்ளவில்லை. காரணம், பாதுகாப்பு என்ற உணர்வு மக்களுக்கு ஊட்டப்படவில்லை. தேசப் பாதுகாப்பு என்பது ஏதோ மக்களுக்குத் தொடர்பில்லாத ஒன்றாகவே வைக்கப்பட்டிருக்கிறது. இப்போது கூட

இவர்கள் யாரை நம்புகிறார்கள்? பட்ஜெட்டில் அதிகப் பணம் ஒதுக்கி நிறைய காவலர்களை நிறுத்தி வைப்பதுதான் பாதுகாப்பு என்று நினைக்கிறார்கள்.

இரண்டாம் உலகப்போர் பற்றி அன்னா லூயி ஸ்ட்ராங் எழுதும் போது ஒரு செய்தியை அருமையாக எழுதியிருப்பார். இரண்டாம் உலகப் போர் சமயத்தில் ஹிட்லரின் படைகள் பெல்ஜியம், லக்சம்பர்க் போன்ற நாடுகளில் எல்லாம் சர்வ சாதாரணமாக நுழைந்துகொண்டு வந்தார்கள். பிரான்சில் நுழையும் போது 'பெரிய வல்லரசு' என்று யோசனை செய்தார்கள். ஆனால் கிளமென்சோ 'பாரீஸ் ஒரு திறந்த நகரம். நீங்கள் குண்டு போடாமலேயே உள்ளே வரலாம்' என்று அறிவித்துத் திறந்துவிட்டார். அதற்கு அவர் 'ஈபில் டவரை அழித்துவிடுவார்கள் என பயந்து விட்டேன்' என்று காரணம் சொன்னார். ஹிட்லருக்கு முதன்முறையாக சோவியத் சேனையிடம் தான் எதிர்ப்பும் பின்னடைவும் வந்தது. காரணம் ஹிட்லரின் போர்முறை என்பது புதியது. 'சூறாவளித் தாக்குதல்' என்ற முறையில் அதுவரைக்குமான அனைத்துப் போர்முறைகளையும் அவன் மாற்றினான். பதுங்கு குழி அமைத்து, ஒரு குறிப்பிட்ட தொலைவு சென்று, மீண்டும் வலுப்படுத்திக்கொண்டு, சப்ளை லைன் திறந்து, பிறகு கொஞ்சம் கொஞ்சமாக முன்னேறி... இந்த வழமையான போர் முறைகளை ஹிட்லர் கைவிட்டான். எதிரிப் படையின் முன்னரங்கில் ஒரு பலவீனமான இடத்தில் அடித்து உள்ளே போய் விடுவான். உள்ளே போய் சுலபமாக அடித்துத் தாக்குவான். ஏனென்றால் முனைமுகத்தில் இருக்கும் அதே வலிமை உள்ளே இருக்காது. இதை இராணுவ மொழியில் *soft belly* என்று சொல்வார்கள். *soft belly* என்றால் கத்தியால் குத்தும் போது முன் தோல் கடினமானதாக இருக்கும். குத்திய பிறகு உள்ளே சுலபமாக இறங்கும். அந்த மாதிரி ஒரு *soft belly*-தான் ஒவ்வொரு நாட்டிலும் இருந்தது. சோவியத்தை நெருங்கும்போதுதான் முதல்முறையாக கடும் எதிர்ப்பை ஹிட்லர் சந்தித்தான். காரணம், அவர்கள் முழு நாட்டையும் தயார்படுத்தி வைத்திருந்தார்கள்.

குழந்தைகளுக்குக் கூட பாராசூட் பயிற்சி, பூங்காக்களில் எல்லாம் போர்த் தற்காப்பு எச்சரிக்கை. டானியா கதையில் ஒரு சிறுமி கூட போர் பற்றிய எச்சரிக்கை உணர்வோடு இருந்ததை நாம் படித்திருப்போம். அந்த மாதிரியான பாதுகாப்பு உணர்வு மக்களிடம்

எப்போது வரும் என்றால், அவர்களின் நலன்கள் பாதுகாக்கப்பட வேண்டும். சோவியத் யூனியன் அவ்வளவு பெரிய தாக்குதலை சந்தித்தபோது, மூன்று ஆண்டுகளுக்கு லெனின் கிராடு முற்றுகை யிடப்பட்டிருந்தது. ஸ்டாலின் கிராடு அளவுக்குக் கூட முன்னேறிச் சென்றார்கள். ஆனால் அவ்வளவுக்கும் இடையில் எல்லாத் தரப்பு மக்களும் தாக்குப்பிடித்துப் போர் புரிந்தார்கள். அப்படித் தன்னிச்சையான உணர்வுடன் போர் புரிந்தார்கள் என்றால் அது 'ருஷ்ய தேசம்' என்ற தேசிய உணர்வின் அடிப்படையில் அல்ல. அதை அவர்கள் சோசலிசத் தாய்நாடாகக் கருதினார்கள். அந்தப் புதிய வாழ்க்கையைப் பாதுகாக்கவேப் போராடினார்கள். அதனால்தான் அந்த மக்களால் ஜெயிக்க முடிந்தது. அந்த வகையில் பாதுகாப்பு என்பதைப் பற்றிய மக்கள் சார்புடைய ஒரு கருத்தாக்கம் இந்தியாவுக்குத் தேவை. ஒரு தமிழீழ மக்கள் சமுதாயமே தனக்கு ஆதரவாக இருப்பது பாதுகாப்பா, கொழும்பு அரசாங்கத்தில் அமர்ந்திருக்கும் குழுக்கள் தனக்குப் பாதுகாப்பா என்று பார்க்க வேண்டும். இந்தியாவுக்கு அப்படியான வரலாற்றுக் கண்ணோட்டம் இல்லாததன் விளைவுதான், இன்றைக்கு யார் ஆட்சியில் அமர்கிறார்களோ, அவர்களைப் பிடித்து விட்டால் போதும் என்று நினைக்கிறார்கள். இந்த அடிப்படையில்தான் இலங்கையின் ஆதரவுக்கு இந்தியாவும் சீனாவும் போட்டிப் போடுகின்றன. இலங்கை என்ன குற்றம் செய்தாலும் அதை மன்னித்தால்தான் அவன் நம் பக்கம் நிற்பான் என்று இரண்டு நாடுகளும் நினைக்கின்றன. அவ்வாறே செயல்படவும் செய்கின்றன.

மேற்கத்திய நாடுகளின் அணுகுறையை எடுத்துக்கொண்டால் ஒரு கூறு வல்லாதிக்க நாடுகள் தங்களின் நலன்களைப் பாதுகாப்பதற்கு மோசடித்தனங்களைச் செய்யும். ஒருவிதமான மேல்தட்டு அரசியலைப் பின்பற்றக்கூடிய இன்னொரு கூறு நாடுகள் இருக்கின்றன. ஒரு பக்கம் கண்டனம் தெரிவித்துக்கொள்வான். இன்னொரு பக்கம் கை குலுக்குவான். மங்கள சமரவீரா லண்டனுக்குச் சென்று மிலிபாண்டைப் பார்த்து 'அங்கு இனப் படுகொலையே நடக்கப் போகிறது' என்றதும் அவர் நாடாளு மன்றத்திலேயே அதைப் பற்றிப் பேசுகிறார். ஒரு நீண்ட அரசியல் பயணத்தில் 'தன்னுடைய கொள்கைகள் ஏற்கப்பட வேண்டும் என்றால் தன் அரசியலுடன் மக்களையும் சேர்த்து அழைத்துக் கொண்டுப் போக வேண்டும்' என்று அவர்கள் கற்று வைத்திருக்

கிறார்கள். இந்திய அரசியல் தலைவர்கள் எல்லாம் முகலாயச் சக்கரவர்த்திகளின் வாரிசுகள். அரண்மனைக்கு வெளியே ஓட்டு வாங்க வரும் போது மட்டும்தான் உலகத்தைப் பார்க்கிறார்கள். அதற்கு மேல் அவர்களுக்கு எதுவும் தெரியாது. டெல்லியில் அந்த தடுப்புக்குள்ளேயே அவர்களின் வாழ்க்கை முடிந்துவிடுகிறது. அவர்களுக்கும் மக்களுக்கும் எந்த சம்பந்தமும் கிடையாது. அதனால்தான் 'மக்கள் எல்லாம் எதுக்கு? ராஜபக்சேவைப் பிடித்தால் போதும்' என்று நினைக்கிறார்கள். அதற்கு இந்த எம்.கே. நாராயணன், சிவசங்கர் மேனன் போன்றவர்களே அவர்களுக்கு போதுமானவர்களாக இருக்கிறார்கள். இவர்களை நம்பி இப்படித் தான் அரசாங்கம் நடந்துகொண்டிருக்கிறது. மேலை நாடுகளில் இப்படிக் கிடையாது. ஒவ்வொரு துறை வல்லுனர்கள் அடங்கிய குழுக்களை உருவாக்கி வைத்திருக்கிறார்கள். முக்கிய முடிவுகள் எடுக்கும் முன்பு செனட் கமிட்டியிடம் அதைப்பற்றி அறிக்கை சமர்ப்பிக்க வேண்டும். விவாதம் நடக்கும். இதற்குக் காரணம் அந்த மக்கள் மத்தியில் ஏற்பட்டிருக்கக்கூடிய ஒரு விழிப்புதான். நம் மக்களிடம் அப்படிப்பட்ட விழிப்பு இல்லாததால் நம்மால் அரசின் குற்றங்களை வெளிப்படுத்த முடியவில்லை.

ஷோபாசக்தி:

இப்போது எந்த வகையிலான அரசியலை முன்னெடுத்தால் தமிழ் மக்களின் நலன்கள் காப்பாற்றப்படும்? தடுப்பு முகாமில் இருப்பவர்களை எப்படி விடுதலை செய்வது? சிறைப்பட்டிருக்கும் ஆயிரக்கணக்கான விடுதலைப் புலிப் போராளிகளின் எதிர்காலம் என்ன? தமிழ்ப் பகுதிகளில் நடந்துகொண்டிருக்கும் இராணுவ ஆட்சியை எப்படி முடிவுக்குக் கொண்டுவருவது? ஒரு நீதியான தீர்வுக்கு இலங்கை அரசை எப்படி இழுத்து வருவது? என்று பல்வேறு சிக்கலான கேள்விகள் நம் முன்னே இருக்கின்றன. புலிகளின் அரசியல் அறமற்ற அரசியல் மட்டுமல்ல படுதோல்வி அரசியலுமே என்று காலம் நிரூபித்தமிருக்கிறது. ஆனால் நீங்கள் இடையில் கதைத்தபோது புலிகளின் தொடர்ச்சிதான் தமிழ் மக்களின் எதிர்காலத்துக்கான அரசியல் என்று சொன்னீர்கள். அது எவ்வகை யிலான தொடர்ச்சியாக இருக்க முடியும்? அது எவ்வகையில் இதுவரை புலிகள் நடத்திய அறமற்ற அரசியலிலிருந்தும் தோல்வி அரசியலிலிருந்தும் தன்னை வேறுபடுத்திக் காட்ட வேண்டுமென்று கருதுகிறீர்கள்?

தியாகு:

புலிகளின் போராட்ட வடிவங்கள் காலத்துக்குக் காலம் மாறி யிருக்கிறது. ஒரு மில்லரை உருவாக்கிய புலிகள்தான் ஒரு திலீபனையும் உருவாக்கினார்கள். மறியல், போராட்டம், உண்ணாவிரதம் என பல வழிகளையும் கடந்துதான் வந்திருக் கிறார்கள். நான் புலிகள் என்று மறுபடியும், மறுபடியும் சொல்வது தனித் தமிழீழம், அதற்கான போராட்டம் என்ற அர்த்தத்தில்தான் சொல்கிறேனே தவிர, அதேபோலவே இராணுவம் அமைக்க வேண்டும், அதேபோல தற்கொலைப்படைத் தாக்குதல் நடத்த வேண்டும் என்று அல்ல. அவைகளை முன்கூட்டி நிராகரிக்க வேண்டாம் என்றுதான் சொல்கிறேனே தவிர அதுதான் உடனடி வழி என்று கருதவில்லை. அப்படி சிந்திப்பது யதார்த்தங்களுக்கு விரோதமானதாக இருக்கும். அவர்களே கடைசியில் ‘நாங்கள் ஆயுதங்களை மௌனிக்கிறோம்’ என்று சொன்னபிறகு இப்போது எப்படி ஆயுதங்களை எடுக்க முடியும்? ஆனால் சிலபேர் சொல்வது மாதிரி, ‘அதுதான் இறுதிக் கட்டளை. இனிமேல் ஆயுதங்களையே எடுக்கக்கூடாது’ என்று புரிந்துகொண்டால் அது தவறு. அது அந்த நெருக்கடிச் சூழலுக்கு எடுக்கப்பட்ட முடிவு. இப்போது தெலங்கானாவில் கம்யூனிஸ்ட்டுகள் ஆயுதப் போராட்டத்தை கைவிட்டார்கள் என்றால், ‘இனிமேல் ஆயுதப் போராட்டமே கிடையாது’ என்று முடிவு எடுத்தெல்லாம் கைவிடவில்லை. அந்த சூழலுக்கு அந்த முடிவு எடுத்தார்கள். அப்படித்தான் நாம் பார்க்க வேண்டும். நான் சொல்வதன் பொருளும் அதுதான். இங்கு எந்த கோரிக்கைகளுக்காக நாம் போராடப்போகிறோம் என்பதுதான் முக்கியம். மக்கள் முகாம்களில் இருந்து விடுவிக்கப்பட வேண்டும். அவர்களுக்கு ஐ.நா. பொறுப்பேற்றுக் கொள்ள வேண்டும். இலங்கை அரசு தமிழர் பகுதிகளில் மேற்கொள்ளும் அத்துமீறிய சிங்கள குடியேற்றங்களுக்கு எதிராக உலகம் முழுக்க பரப்புரைகள் செய்யப்பட வேண்டும். அந்த அரசைத் தனிமைப்படுத்த வேண்டும். இதுதான் நாம் உடனடியாக செய்யக்கூடியது. அதன்பிறகு நாம் ஏற்கெனவே பேசியபடி சிங்கள மக்கள் மத்தியிலும், தமிழக மற்றும் புலம்பெயர் மக்கள் மத்தியிலும் ஏற்படக்கூடிய மாற்றங்களை வைத்து ஏதேனும் செய்ய முடியுமா என்று பார்க்க வேண்டும். ‘எதுவுமே செய்ய முடியவில்லை. தமிழகத்தில் ஒரு எல்லைக்கு மேல் போராடவே முடியவில்லை. யாழ்ப்பாணத்தில் மக்கள்

அமைதியாக இருக்கிறார்கள்' என்பதெல்லாம் மிகக் கொடுமையான ஓர் அடக்குமுறைச் சூழல் நிலவுவதைக் காட்டுகிறது. ஆனால் இயற்கைக்கு மாறான இந்த செயற்கையான அடக்குதல்கள் ரொம்ப நாளைக்கு நீடிக்க முடியாது. பாலஸ்தீனியர்களின் இன்டிஃபடா இயக்கம் *(Intifada Movement)* மாதிரியான போராட்டங்கள் எதிர்காலத்தில் வரும் என்று நம்புகிறேன். மக்கள் கற்களை எடுத்து வீசக்கூடிய காலம் ஒன்று வரலாம். அதெல்லாம் வரவே வராது என்று நாம் சொல்ல முடியாது.

ஷோபாசக்தி:

இதையேதான் நானும் இந்த உரையாடலின் தொடக்கத்திலிருந்தே நூல்பிடித்தது போல சொல்லிக்கொண்டு வருகிறேன். புலிகள் வகைப்பட்ட அதிகாரம் மையப்படுத்தப்பட்ட கொலைகார வலதுசாரி அரசியலுக்கும், டக்ளஸ் தேவானந்தா வகைப்பட்ட ஆள்வோரை அனுசரித்துப் போகும் அரசியலுக்கும் மாற்றாக ஒரு அரசியலைக் கட்டமைக்க விரும்புபவர்கள் அதிகார அரசியலி லிருந்தும் அண்டிப் பிழைக்கும் அரசியலிலிருந்தும் முதலில் தங்களைத் துர நிறுத்திக்கொள்ள வேண்டும். வலதுசாரி கொலைகார அரசியலையும் அடிபணிவு அரசியலையும் செய்வதற்குப் புலிகளும், ஈ.பி.டி.பி. போன்றவர்களுமே போதுமானவர்கள். மாற்றத்தைக் கோருபவர்கள் வாயளவில் சனநாயத்தையும் நீதியையும் பேசிக்கொண்டு தங்கள் அரசியல் வேலைத்திட்டங்களைப் புலிகளைப் போலவோ ஈ.பி.டி.பி. போலவோ கொண்டிருந்தால் அவர்களின் அரசியலும் அநீதியில்தான் போய் முடியும். தனி மனிதர்கள் அல்லாமல் அவர்களின் அரசியல் வேலைத்திட்டங்களே நல்லதுக்கோ கெட்டதுக்கோ காரணங்களாக அமைகின்றன. எனவே லத்தீன் அமெரிக்காவில் இயங்கிக்கொண்டிருக்கும் இடதுசாரிய வழிப்பட்ட எதிர்ப்புக் குழுக்கள் போன்றவையே இப்போது நம் மத்தியில் தோன்ற வேண்டியவை என்றே நான் கருதுகிறேன்.

சுவிஸில் அனைத்துத் தமிழ்க் கட்சியினரும் கூடி ஒரு உடன் பாட்டுக்கு வர முயன்றிருக்கின்றனர். ஈ.பி.டி.பி., ரி.எம்.வி.பி. போன்ற கட்சிகளுடன் தமிழ்த் தேசியக் கூட்டமைப்பினரும் அந்தக் கூட்டத்தில் கலந்துகொண்டிருக்கிறார்கள். புலிகள் இப்போதும் பலத்துடன் இருந்திருந்தால் இந்தப் பல கட்சிச் சந்திப்பு சாத்தியமாகியிருக்காது. அல்லது சந்திப்பு முடிந்து திரும்பியதும்

சம்மந்தரையும், செல்வம் அடைக்கலநாதனையும் புலிகள் தருணம் பார்த்துக் கொன்றிருப்பார்கள். புலிகளின் இரண்டகம் செய்தோர் பட்டியலும் இரண்டால் மூன்றால் அதிகரித்திருக்கும். இந்தத் தமிழ்க் கட்சிகள் ஒன்றிணைந்தோ அல்லது தனித் தனியாகவோ மக்களிடையே அபிவிருத்திப் பணிகளையோ புனர்வாழ்வுப் பணிகளையோ மேற்கொள்வதை நாம் வரவேற்போம். அவர்கள் செய்யும் எல்லாவற்றையும் எதிர்ப்பது பொருளற்றதும் நியாய மற்றதும். அதேவேளையில் அவர்களின் வலதுசாரி அரசியலின் அபாயத்தையும் பலவீனத்தையும் நாம் தொடர்ந்து சுட்டிக்காட்ட வேண்டியிருக்கிறது. அவர்களின் அரசியல் நிலைப்பாடுகளினதும் வேலைத்திட்டங்களினதும் போதாமைகளையும் எல்லைகளையும் நாம் இடைவிடாது எடுத்துச் சொல்ல வேண்டியிருக்கிறது. மட்டுப்படுத்தப்பட்ட புனர்வாழ்வுப் பணிகள், வடக்குக் கிழக்கு மாகாண சபைகளிற்கான மட்டுப்படுத்தப்பட்ட அதிகாரம் என்பதைத் தாண்டி இந்தக் கட்சிகளால் வேறெதையும் சாதிக்க முடியாது என்றே நான் கருதுகிறேன். பதின்மூன்றாவது திருத்தச் சட்டத்தை நடை முறைக்குக் கொண்டுவருவதில் அவர்கள் முனைப்போடிருக் கிறார்கள் என்ற செய்தியும் உள்ளது. வடக்குக் கிழக்கு இணைப்பு என்ற பேச்சுக்கே இடமில்லை என்று உறுதியாக இப்போது ராஜபக்சே அறிவித்திருக்கும் நிலையில் பதின்மூன்றாவது சட்டத் திருத்தம் நிறைவேற்றப்படுவதற்கான வாய்ப்பே இல்லையே.

தேசிய இனப்பிரச்சினையைத் தவிர்த்துப் பார்த்தால் ராஜபக்சே அரசோடு இவர்களுக்கு வேறெந்தக் கொள்கை முரணும் கிடையாது. தேசிய இனப் பிரச்சினையில் கூட இவர்கள் அரசோடு முற்றாக முரண்பாடுடையவர்கள் அல்ல. அரசோடு அனுசரணையாகப் பேசி தமிழ் மக்களுக்கு ஏதாவது ஒரு தீர்வைப் பெற்றுக்கொள்ள வேண்டும் என்பதற்கு மேலாக இவர்கள் எந்தவொரு அரசியலையும் பேசுவதில்லை. இலங்கை நிலத்தை அரசு கூறுபோட்டுப் பன்னாட்டு நிறுவனங்களுக்கு விற்பது, சர்வதேச வல்லாதிக்கவாதிகளின் நிகழ்ச்சி நிரலில் இலங்கையின் அரசியல் இயங்கிக்கொண்டிருப்பது போன்ற விடயங்களிலெல்லாம் இவர்களுக்கு இலங்கை அரசோடு மாறுபட்ட கருத்து எதுவும் கிடையாது. எதிர்காலத்தில் அமைச்சர் கருணாவோ, அமைச்சர் தேவானந்தாவோ ஏதாவது ஒரு பன்னாட்டு நிறுவனத்தின் மூலதனத்தை வடக்குக்கோ கிழக்குக்கோ அழைத்து வந்துவிட்டு அதைத் தமது சாதனைகளாகவும் தமிழ் நிலங்கள் தொழில் ரீதியாக

வளர்ச்சியடையத் தொடங்குகின்றன என்றும் சொல்லத்தான் போகிறார்கள்.

இங்கேதான் நான் மறுபடியும் மறுபடியும் இடது கருத்துகள் கொண்ட எதிர்ப்புக் குழுக்களின் முக்கியத்துவத்தை வலியுறுத்து கிறேன். இத்தகைய எதிர்ப்புக் குழுக்கள் ஆட்சியையோ அதிகாரத்தையோ கைப்பற்றி இலங்கை அரசியலையே புரட்சிகரமாக மாற்றிவிடும் என்று நான் சொல்ல வரவில்லை. ஆனால் இத்தகைய எதிர்ப்புக் குழுக்கள் மக்களை அரசியல் விழிப்புணர்வுடன் வைத்திருக்கக் கூடியவை. பண்பாட்டுத் தளத்தில் நிறைய மாற்றங்களைச் சாதிக்கக் கூடியவை. ஒரு அழுத்தக் குழுவாக ஆட்சியாளருக்கு அரசியல்ரீதியாகச் சவாலாக இருக்கக்கூடியவை.

தியாகு:

ஒரு கை ரேகையும், இன்னொரு கை ரேகையும் ஒன்றுபோல இருப்பதில்லை. ஒரு தேசிய விடுதலைப் போராட்டத்துக்கும், இன்னொரு தேசிய விடுதலைப் போராட்டத்துக்கும் முழுஒத்த தன்மை என்று எதுவும் கிடையாது. எத்தனையோ வேறுபாடுகள், நெளிவுசுழிவுகள் உண்டு. பாலஸ்தீனப் போராட்டத்தை ஆரம்பிக்கிற போது ‘உள்ளே புகுந்து ஆயுதம் தாங்கி அடிப்பதைத் தவிர வேறு வழியில்லை’ என்று அவர்கள் நினைத்தார்கள். ஆனால் ஒரு கட்டத்தில் அதைவிட முக்கியமாக இன்டிஃபடா இயக்கம் வளர்ந்தது. அது வளர்ந்து ஒரு கட்டத்துக்குப் போகும் போது திரும்பவும் அவன் பி.எல்.ஓ.க்கு வருகிறான். இப்படி ஓர் இயக்கம் இயல்பாகவே ஒரு கட்டத்தில் இருந்து இன்னொரு கட்டத்துக்குப் போகிறது. பாலஸ்தீன விடுதலைப் போராட்டமும், அந்த உணர்வும் இப்போதும் தொடர்கிறது என்பதுதான் இதில் நாம் பார்க்க வேண்டிய செய்தி. அதற்கு எல்லாப் போராட்ட வடிவங்களும் அங்கீரிக்கப்பட்டவையே. இன்னின்னது செய்யலாம், இன்னின்னது செய்யக்கூடாது என்பதை எல்லாம் வளர்ச்சிப் போக்கில்தான் முடிவு செய்ய வேண்டும்.

ஷோபாசக்தி:

‘ஐந்தாம் கட்ட ஈழப்போர் வெடிக்கும், கொழும்பு சிதறும்’ என்றெல்லாம் சீமான் போன்றவர்கள் கிளப்பி விடுகிறார்களே?

தியாகு:
அது அவர்கள் கருத்து. அதைச் சொல்ல அவர்களுக்கு உரிமை உண்டு. நான் அப்படிப் பேசுவதில்லை, அவ்வளவுதான்.

ஷோபாசக்தி:
அவர்களின் அந்தக் கருத்து பிரச்னையை மேலும் சிக்கலாக்கும் என்று நான் அஞ்சுகிறேன்.

தியாகு:
அது ஓர் உணர்வு வெளிப்பாடு, அஞ்சவோ அடங்கவோ மாட்டோம் என்ற அறிவிப்புதானே தவிர, வேலைத் திட்டமன்று. இதனால் சிக்கல் வளரும் என்பதை நான் ஏற்கவில்லை.

ஷோபாசக்தி:
ஆனால் புலம் பெயர்ந்த நாடுகளில் புலிகளின் ஊடகங்கள் சீமான் போன்றவர்களின் பேச்சுகளுக்கு முக்கியத்துவம் கொடுத்துச் செய்திகளை வெளியிடுகின்றன. அண்மையில் கூட லண்டனில் ஒரு தொலைக்காட்சி நேர்காணலில் பிரபாகரனின் மரணம் குறித்துக் கேட்கப்பட்ட கேள்வியொன்றிற்கு தொல்.திருமாவளவன் ‘தேசியத் தலைவர் தக்க நேரத்தில் வெளிவந்து போராட்டத்தைத் தொடருவார்’ என்று சொன்னார். பிரபாகரனின் மரணத்தை உறுதி செய்வதோ அல்லது சீமான் ஒரு பத்திரிகையில் சொன்னது மாதிரி ‘அது இப்போதைக்கு ஊகமாயிருக்கட்டும்’ என்பதுவோ அல்ல பிரச்சனை. எதார்த்தத்தை மறைத்துப் பேசுவது அல்லது மவுனம் சாதிப்பது மக்களை மேலும் கற்பிதங்களிலும் பிரமைகளிலுமே இருந்துவிடச் செய்யும். உண்மையை எதிர் கொள்ளாமல் எவ்வாறு அடுத்த கட்டத்துக்கு நகர முடியும். புலம் பெயர்ந்த ஈழத்துத் தமிழர்களில் ஒருபகுதியினர் இதுபோன்ற பேச்சுகளை நம்பிக் கெட்டழிய வாய்ப்பிருக்கிறது.

தியாகு:
நான் அப்படி நினைக்கவில்லை. அவர்கள் அவசரப்பட்டு எதையும் நம்பவோ ஏற்றுக்கொள்ளவோ மாட்டார்கள். அனுபவத்தில் பார்க்கிறார்கள் இல்லையா? இரண்டாவது, கலைஞர் விசயத்தில் தமிழர்களுக்குக் கிடைத்திருக்கிற அனுபவம் யாரையும் சுலபத்தில் நம்ப விடாது.

வடலி:

ஒட்டுமொத்த ஈழப் போராட்டத்திலும் கருணாநிதியின் பங்களிப்பை எப்படி வரையறுக்கிறீர்கள்?

தியாகு:

மூன்று கோணங்களில் கலைஞர் மூன்றாவது கோணம். ராஜபக்சே, சோனியா ஆகியோர் இரண்டு கோணங்கள். இவர் மூன்றாவது கோணம். தமிழ்நாட்டில் ஏற்பட்ட எழுச்சியை நீர்த்துப்போக செய்ததுதான் ஈழப் போராட்டத்தில் கலைஞரின் முக்கியப் பங்கு. எதிரியை நாம் எப்போது வேண்டுமானாலும் சந்தித்துவிடலாம். நம் ஆள் மாதிரியே நடித்துக்கொண்டு சரியான சந்தர்ப்பத்தில் தண்ணீர் ஊற்றி அணைக்கும் வேலையை கலைஞர் செய்தார். கடுமையாக நெருக்கடி கொடுத்தால் உடனே இதைப் பற்றிப் பேசுவார். அடுத்த நாள் வேறு எதைப் பற்றியோ பேசிக்கொண்டிருப்பார். ஒருநாள் உண்ணாவிரதம் இருந்துவிட்டு போர் நின்றுவிட்டது என்றே அறிவிப்பது, பிரபாகரன் இறந்து விடுவார் என்று அவருக்கு உளவுத்துறை தகவல் கொடுக்கிறது என்றால், உடனே 'அப்படி நடந்தால் நான் வருந்துவேன்' என்பது என ஒரு சிறந்த நாடகத்தை நடத்தினார். கடந்த காலங்களில் இந்திய அமைதிப் படைக்கு எதிராக நின்றார். ஈழத் தமிழர்களுக்கு ஆதரவான வேறு பல நடவடிக்கை களை எடுத்திருக்கிறார். ஆனால் கடைசிக் கட்டத்தைப் பொறுத்த வரைக்கும் கலைஞரின் பங்கு துரோகம்தான்.

ஷோபாசக்தி:

கடந்த இந்திய நாடாளுமன்ற தேர்தலில் புலிகளுக்கு ஆதரவாகத் தமிழ்நாட்டில் செயல்படும் பல இயக்கங்கள் அ.தி.மு.க.வுக்கு வாக்களிக்கச் சொல்லி பிரச்சாரம் செய்தார்கள். ஜெயலலிதாவை 'ஈழத் தாய்' என்றெல்லாம் பேசினார்கள். இதைப்பற்றி உங்களுடைய கருத்து என்ன?

தியாகு:

முதலில் நாங்கள் ஜெயலலிதாவை ஈழத் தாய் என்றெல்லாம் பேசவில்லை. அடுத்து, இருந்த இரண்டு கூட்டணிகளில் ஒன்று ஈழ ஆதரவுக் கூட்டணி என்றும், மற்றது ஈழ எதிர்ப்புக் கூட்டணி என்றும் சொல்ல முடியாது. இரண்டுமே எதிரானதுதான். அ.தி.மு.க. கூட்டணியில் ஜெயலலிதா முழுமையாக ஈழத்துக்கு எதிரானவர். பிரபாகரனைப் பிடித்துக்கொண்டு வந்து நிறுத்த வேண்டும் என்று

தீர்மானம் போட்டவர். போர் என்று நடந்தால் மக்கள் சாகத்தான் செய்வார்கள் என்று திமிராக சொன்னவர். சிங்களவரான லசந்தா எழுதிய கடிதத்தில் ‘இலங்கை ஒன்றுதான் தன் மக்கள் மீதே குண்டு போடும் நாடு’ என்று எழுதியிருப்பார். அவர் கூட ஒத்துக் கொள்கிறார். ஜெயலலிதா ஒத்துக்கொள்ளவில்லை. தேர்தல் நேரத்தில் ஈழ ஆதரவு நிலை எடுத்து ஜெயலலிதா ஆடிய நாடகத்தில் கூட வார்த்தைகளை மிக கவனமாகத்தான் பயன்படுத்தியிருந்தார். ‘மத்தியில் நான் நினைக்கும் அரசு உருவாகி, நாற்பது தொகுதி களிலும் அ.தி.மு.க.வுக்கு வெற்றி கிடைத்தால்’ என்று அவர் நடக்கவே சாத்தியம் இல்லாத நிபந்தனையை முன்வைத்துப் பேசிக்கொண்டிருந்தார். இன்னொன்று அந்தக் கூட்டணியில்தான் காங்கிரஸைப் போலவே ஈழத்துக்கு மிக மோசமான எதிரியான சி.பி.எம்.மும் இருந்தது. அந்த அம்மா மேடையில் ‘நான் தனி ஈழம் பெற்றுத் தருவேன்’ என்று பேசும்போது உடன் இருக்கும் சி.பி.எம். காரர்கள் கருவாடு தின்ற பாப்பாத்தி போல அமர்ந்திருந்தார்கள். ‘அந்தம்மா தன்னிச்சையாக நடந்துகொண்டார்’ என்று இப்போது சொல்கிறார்கள். இந்தப் பக்கம் ஈழத்துக்காக தீவிரமாகப் பேசிக்கொண்டிருந்த திருமாவளவன் தி.மு.க. கூட்டணிப் பக்கம் நின்றார். ‘தேர்தலில் இரண்டு எம்.பி. சீட் கிடைத்தால் கட்சிக்கு அங்கீகாரம் கிடைக்கும். அந்தம்மாவை நம்ப முடியாது. நான் இந்தப் பக்கமே இருக்கேன்’ என்று தெளிவாக சொன்னார். அதனால் இரண்டுமே ஈழ ஆதரவுக் கூட்டணி இல்லை. ஆனாலும் ‘காங்கிரஸை தோற்கடிப்போம்’ என்று சொன்னோம் என்றால், அதுதான் இந்த அரசுக்கு தலைமை ஏற்றிருக்கிறது. ஒரு எச்சரிக்கையாக, படிப்பினைக் கற்றுத்தரும் விதமாக காங்கிரஸைத் தோல்வியடையச் செய்ய வேண்டும் என்று பிரச்சாரம் செய்தோம். மற்றபடி பா.ஜ.க. வந்திருந்தாலும் இதே நிலைபாட்டைதான் எடுத்திருப்பான். அதில் எந்த மாறுபாடும் கிடையாது.

நாங்கள் அ.தி.மு.க.வுக்கு வாக்கு கேட்கவில்லை. பெரியார் திராவிடர் கழகம் கூட கடைசி நேரத்தில் அ.தி.மு.க.வுக்கு வாக்குக் கேட்பதற்காக தமிழர் ஒருங்கிணைப்பில் இருந்து பிரிந்து சென்றுவிட்டார்கள். பாரதிராஜா, சீமான் எல்லோரும் புறப்படும் போது கூட ‘காங்கிரஸைத் தோற்கடிப்போம்’ என்றுதான் சொன்னார்கள். ஆனால் போகப்போக உற்சாகத்தில் ‘இலை மலர்ந்தால் ஈழம் மலரும்’ என்று பேச ஆரம்பித்துவிட்டார்கள்.

ஆனால் அதை தனி நபர்களின் பேச்சுகளாகத்தான் எடுத்துக்கொள்ள வேண்டுமே ஒழிய இயக்கங்களின் கொள்கையாக எடுத்துக்கொள்ள வேண்டியதில்லை. அதேநேரம் எங்கெல்லாம் இயக்கத் தோழர்களும் மாணவர்களும் பெருமளவில் வேலை பார்த்தார்களோ அங்கெல் லாம் அது எதிரொலித்தது. குறிப்பாக சிவகங்கை தொகுதியில் மாணவர்களும், தோழர்களும் செய்த பிரச்சாரம்தான் ப.சிதம்பரத்தின் தேர்தல் வெற்றியைக் கடும் நெருக்கடிக்கு உள்ளாக்கியது. ஈரோடு, திருப்பூர், கோவை போன்ற மற்ற தொகுதிகளிலும் ஆயிரக்கணக்கான தோழர்கள் மிகச் சிறப்பாகப் பணியாற்றினார்கள். மணிசங்கர் அய்யர் தோற்றது இந்தப் பிரச்னையை ஒட்டிதான். ராஜபக்சேவுடன் அவர் இருக்கும் படத்தை மறைப்பதற்கு அரும்பாடுபட்டார். அவருக்கும், ராஜபக்சேவுக்கும் உறவு என்ற காரணம்தான் அவரைத் தோற்கடித்தது.

ஷோபாசக்தி:
தேர்தல் காலத்தில் வைகோ, நெடுமாறன் போன்ற தலைவர்கள் பா.ஜ.க. ஆட்சிக்கு வந்தால் ஈழப் பிரச்சனையில் திருப்பம் வரும் என்பதைப்போலப் பேசினார்கள். இதை ஐரோப்பிய நாடுகளில் இருக்கும் புலம்பெயர் தமிழர்களில் ஒரு பகுதியினரும் நம்பினார்கள். புலிகளே அவ்வாறான நம்பிக்கையோடு இருந்ததாகத்தான் தெரிய வருகிறது. நீங்கள் இதைப்பற்றி என்ன நினைக்கிறீர்கள்?

தியாகு:
காங்கிரஸ் தமிழ்நாட்டில் அடியோடு துடைத்தெறியப்பட்டு மத்தியில் காங்கிரஸ் ஆட்சிக்கு வந்திருந்தாலும் ஒரு மாற்றத்தை காட்ட வேண்டிய கட்டாயம் ஏற்பட்டிருக்கும். அது உள்ளடக்கத்தில் எத்தகைய மாற்றமாக இருக்கும் என்பது வேறு செய்தி. யார் ஆட்சிக்கு வர வேண்டும் என்பதல்ல முக்கியம், யார் தோற்கடிக்கப் பட வேண்டும் என்பதே கடந்த தேர்தலில் முன்வைக்கப்பட்ட நிபந்தனை. பா.ஜ.க. ஆட்சிக்கு வர வேண்டும் என்று விரும்புவதற்கோ, ஆதரிப்பதற்கோ எந்த நியாயமும் கிடையாது. குஜராத் மக்களையும், இஸ்லாமியர்களையும் மறந்துவிட்டு நாம் எப்படி பா.ஜ.க.வை ஆதரிக்க முடியும்? தமிழ்நாட்டில் காங்கிரஸ் படுதோல்வி அடையவிடாமல் தி.மு.க. காப்பாற்றியது என்பதால் காங்கிரசுத் தலைமை ஈழத் தமிழர் பிரச்னையில் எந்த மாற்றத்தையும் செய்ய முன்வரவில்லை. காங்கிரஸுக்கும், பா.ஜ.க.வுக்கும்

அடிப்படையில் எந்த வேறுபாடும் கிடையாது. இருவருமே கண்ணை மூடிக்கொண்டு விடுதலைப் புலிகள் இயக்கத்தை பயங்கரவாதிகள் என்று சொல்லக் கூடியவர்கள்தான். அத்வானி 'நாங்கள் வந்தாலும் புலிகளை ஆதரிக்க மாட்டோம். தடை செய்தது தடை செய்ததுதான்' என்று அப்போதே சொன்னார். ஆனால் தமிழ்நாட்டில் இலங்கைத் தமிழர் பாதுகாப்பு இயக்கத்தின் மேடையில் இல.கணேசன் எல்லாம் மேடையேறிப் பேசி ஒரு நாடகத்தை அரங்கேற்றினார்கள்.

வடலி:
பிரபாகரன் மரணம் பற்றி பல சர்ச்சைகள் நிலவிக் கொண்டிருக் கின்றன. பலபேர் அது பிரபாகரனின் உடலே இல்லை என்று சொல்லிக் கொண்டிருக்கிறார்கள். பிரபாகரன் இறந்து விட்டார், உயிரோடுதான் இருக்கிறார் என்பதில் உங்கள் நிலைபாடு என்ன தோழர்?

தியாகு:
தெரியாது.

வடலி:
ஒட்டுமொத்த போராட்டத்திலும் புலம்பெயர் ஈழத் தமிழ் மக்களின் பாத்திரத்தை எப்படி வரையறுக்கிறீர்கள்?

ஷோபாசக்தி:
புலம் பெயர்ந்த தமிழர்கள் என்று நாம் பொதுமைப்படுத்திப் பேசி விட முடியாது. அவர்களிற்குள் ஒன்றுக்கொன்று முரணான கருத்துகளைக் கொண்ட மக்கள் திரளினரும் வெவ்வேறு அரசியற் செயற்பாடுகளை உடையவர்களும் இருக்கிறார்கள். அவர்கள் வெவ்வேறு தேசங்களில் காலூன்றியிருக்கிறார்கள். அந்தந்த நாடுகளின் சட்ட திட்டங்களும் அந்தந்த நாடுகளுடைய பண்பாட்டு வடிவங்களும் நேரடியாகவோ மறைமுகமாகவோ மக்கள் திரளில் தாக்கம் செலுத்துகின்றன. இதற்கேற்பவும் வேறுபடும் புள்ளிகளு முள்ளன.

ஈழத்துத் தமிழர்கள் மேற்கு நாடுகளில் கடின உழைப்புகளை மேற்கொண்டாலும் ஈழத்திலிருக்கும் அல்லது இந்தியாவிலிருக்கும் ஒரு தொழிலாளியினது வாழ்க்கையைப்போல அத்தனை சிரமம்

கொண்டதல்ல அவர்களது வாழ்வு. எக்காலத்திலும் இவர்கள் ஈழத்திற்குத் திரும்பிப் போய் வாழப்போவதில்லை. இதை நான் ஒரு குற்றச்சாட்டாகச் சொல்லவில்லை. பொருளீட்ட வாய்ப்பும் சமூகநலச் சலுகைகள் உறுதி செய்ப்பட்டதும் ஒப்பீட்டு ரீதியாகத் தனி மனிதவுரிமைகள் காக்கப்படுவதுமான ஒரு தேசத்தில் நிரந்தரமாகத் தங்கிவிட நினைப்பதில் தவறு ஏதும் கிடையாது. இந்தப் பாதுகாப்புகளை அனுபவித்துக்கொண்டே இவர்களில் ஒரு பகுதியினர், குறிப்பாகப் புலிகளின் ஆதரவாளர்கள் எல்லாவித வீர வசனங்களையும் பேசலாம். நாடு கடந்த அரசு என்று மார்தட்டலாம். ஊடகங்களில் 'தமிழீழம் கிடைக்கும் வரை போராட்டத்தைக் கைவிட மாட்டோம்' என்று பேசலாம். இப்போது இனிமேல் போராட்டத்தை முன்னெடுக்கப் போவது புலம் பெயர்ந்த மக்களே என்று சொல்லவும் தொடங்கியிருக்கிறார்கள். இதனால் இவர்களுக்கு எந்தப் பாதிப்பும் நேரப்போவதில்லை. மாறாக ஊடக வெளிச்சமும் குற்றவுணர்வைத் தவிர்க்கும் மார்க்கமும் இவர்களுக்குக் கிடைக்கும். ஆனால் ஈழத்தில் வாழும் தமிழர்களுக்கு இப்போது தேவையானது யுத்தமற்ற வாழ்வே. இவர்களின் விருப்புகளிற்காக அங்கே மக்கள் சாக முடியாது. வட்டுக்கோட்டைத் தீர்மானத்தின் மீது புலம்பெயர் நாடுகளில் தேர்தல் நடத்தப் போகிறோம் எனச் சொல்கிறார்கள். எல்லாமே புலிப் பினாமிகள் செட் செய்யும் வேடிக்கைத் தேர்தல்கள்தானே. எப்படியும் தீர்மானம் வெற்றி என்றுதான் அறிவிக்கப்போகிறார்கள். அறிவித்துவிட்டு தங்கள் தங்களது மேற்கு நாடுகளது குடியுரிமைப் பத்திரங்களை வீசியெறிந்துவிட்டு வட்டுக்கோட்டைக்கா போகப் போகிறார்கள்! இது இவர்களுக்கு ஒரு கொண்டாட்டம். அவ்வளவுதான். இந்தக் கூத்துகளுக்கு அரசியல் வலுவும் கிடையாது சமூகப் பெறுமானமும் கிடையாது.

புலம் பெயர் தேசங்களிலே இன்னொருவகையான அரசியல் போக்குமிருக்கிறது. அது ஆள்கள் எண்ணிக்கையில் எவ்வளவுதான் குறைந்ததாக இருந்தபோதும் கருத்தியல்ரீதியாகப் பலமானது. நீண்ட காலமாகவே யுத்த மறுப்பையும் சனநாயகத்தையும் கோரிப் பேசிவருபவர்கள் அவர்கள். ஒரு காலத்தில் ஈழப் புலத்தில் எல்லாவிதமான எதிர்க்குரல்களும் புலிகளால் துப்பாக்கி முனையில் அடக்கப்பட்டிருந்தபோது மாற்றுக் கருத்துக் கலாசாரத்தை புகலிடத்திலிருந்த இவர்களே பாதுகாத்தார்கள். புலிகளின் அடக்குமுறை ஈழத்தில் மட்டுமல்ல புகலிடங்களிலும் தொடர்ந்த

போது அதையும் இவர்கள் எதிர்கொண்டார்கள். புகலிடத்தில் புலிகள் மாற்றுக்கருத்துள்ள பத்திரிகையாளர்களைத் தாக்கினார்கள், கொலை செய்தார்கள். பிரான்ஸில் சரிநிகர், தினமுரசு ஆகிய இரண்டு பத்திரிகைகளும் சில வருடங்கள் புலிகளால் தடைசெய்யப் பட்டிருந்தன. ஒரு மாற்று அரசியல் பத்திரிகை நடத்த முடியாத, ஒரு கூட்டம் நடத்த முடியாத நிலைகளெல்லாம் புலிடத்திலிருந்தன. புலிக் காடையர்கள் தலையீடு செய்து வன்முறைகளைக் கட்ட விழ்த்துவிட்டார்கள் பாரீஸில் ஈழநாடு பத்திரிகை அலுவலகமும் கனடாவில் தேடல் நூலகமும் புலிக் காடையர்களால் எரியூட்டப் பட்டன. இந்தச் சூழலிலும் மாற்றுக் கருத்தாளர்கள் விட்டுக் கொடுக்காத தமது எதிர்ப்புணர்வை ஒலித்தபடியே இருந்தார்கள். இந்த மாற்றுக் கருத்தாளர்கள் மிகவும் சிறுபான்மையாயிருந்தபோதும் இவர்களின் கருத்துகள் பரவலாக மக்களைச் சென்றடையத்தான் செய்தன. இணையங்கள் புழக்கத்திற்கு வந்ததும் இவர்களுக்குச் சாதகமாயிருந்தது. நானிங்கே மாற்றுக் கருத்தாளர்கள் எனக் குறிப்பிடுவது வெறுமனே புலி எதிர்ப்பை மட்டுமே பேசி வந்தவர்களை அல்ல என்பதையும், புலிகளின் அராஜகத்தை எதிர்த்தது போலவே மற்றைய தமிழ் ஆயுத இயக்கங்களின் அராஜகங்களையும், இலங்கை அரசின் இனவாத அரசியலையும் யுத்தத்தையும் எதிர்த்தவர்களையுமே மாற்றுக் கருத்தாளர்கள் என்று நான் குறிப்பிடுகிறேன் என்பதைக் குறித்துக்கொள்ளுங்கள்.

ஆனால் உண்மையில் இவை எதிலும் நேரடியாகச் தொடர்பில்லாத, தொடர்புகளை வைத்துக்கொள்ள விரும்பாத அரசியல் நீக்கம் செய்யப்பட்ட மக்களே புகலிடத் தமிழர்களில் பெரும்பான்மை யினர். புலம் பெயர் தமிழ் சமூகத்திற்கு மட்டுமே இருக்கும் தன்மையல்ல இது. எல்லாச் சமூகங்களிலும் இவ்வகையான மக்களே பெரும்பான்மையினர். ஆனால் கிளிநொச்சி இராணுவத்தால் கைப்பற்றப்பட்டு யுத்தம் தனது உச்சபட்சக் கொடூரநிலையை அடைந்தபோது இந்த மக்கள் வீதிகளுக்கு இறங்கினார்கள். ஆனால் இவர்களை ஒன்றிணைத்து வழிநடத்துவதற்குச் சக்தி பெற்றவை யாகப் புலிகளின் அமைப்புகளே பலத்தோடிருந்தன. மாற்றுக் கருத்தாளர்கள் இதில் தலையீடு செய்த சந்தர்ப்பங்களில் புலிகளால் தடுக்கப்பட்டார்கள். மாற்றுக் கருத்தாளர்கள் அமைப்புமயப் படுத்தப்படாதவர்கள். சொல்லப்போனால் அவர்களில் பலர் அமைப்பு வடிவங்களுக்கு எதிரானவர்கள். அவர்களால் எழுது

வதையும் சிறுசிறு கூட்டங்களில் பேசுவதையும் தவிர வேறெதையும் செய்ய முடியவில்லை என்பதே உண்மை. யுத்த நிறுத்தத்தை வலியுறுத்தி சிறுசிறு ஆர்ப்பாட்டங்களையும் ஊர்வலங்களையும் அவர்கள் நடத்தியபோதும் அவர்களால் பரந்துபட்ட மக்களை ஒருங்கிணைக்க முடியவில்லை. புலிகள் இவர்களுக்கு ஏற்கெனவே சூட்டியிருந்த துரோகிகள் என்ற பட்டமும் இவர்களுக்கு இடையூறாகயிருந்தது.

துரோகிகளைக் கட்டமைப்பதில் புலிகள் வலு கெட்டிக்காரரர்கள். துரையப்பாவில் தொடங்கிய துரோகிகளை இனங்காணும் அரசியல் இன்று செல்வராசா பத்மநாதனிலும், தளபதி ராமிலும் வந்து நிற்கிறது. தமிழ்த் தேசியக் கூட்டமைப்பினரைத் துரோகிகள் என இப்போது பேசத் தொடங்கியிருக்கிறார்கள். எப்படியும் இந்த வருட இறுதிக்குள் அதையும் வெற்றிகரமாக நிறுவிவிடுவார்கள். எதிர்த்து ஒரு வார்த்தை சொன்னால் துரோகி, எதிர்த்து ஒரு கூட்டம் போட்டால் துரோகி. இப்போது பாலகுமாரன், பேபி சுப்பிர மணியம், தமிழினி, திலகர், யோகி, புதுவை இரத்தினதுரை போன்ற புலிகள் இயக்கத்தின் முக்கியமானவர்களும் ஆயிரக்கணக்கான போராளிகளும் இலங்கை அரசின் சிறைகளில் இருக்கிறார்கள். இவர்களில் யார் யார் இரகசியமாகக் கொல்லப்பட்டிருக்கிறார்கள் என்ற தகவலும் நம்மிடமில்லை. ஆனால் இவர்களின் விடுதலை குறித்தோ அல்லது நீதி விசாணைகள் குறித்தோ புலம் பெயர்ந்த நாடுகலுள்ள புலிகளின் அமைப்புகள் ஏதாவது பேசிக் கேட்டிருக்கிறீர்களா? ஏதாவது போராட்டம் நடத்தியதாகக் கேள்விப்பட்டிருக்கிறீர்களா? ஒரு பேரணி நடத்தியதாக அறிந்திருக்கிறீர்களா? ஏனெனில் இவர்களின் பார்வையில் குப்பி கடிக்காமல் சரணடைந்த அவர்களெல்லோரும் துரோகிகள். லண்டனிலும் பாரீஸிலும் இருந்துகொண்டு, யுத்தத்தை எதிர்த்து வீதிக்கு இறங்கிய மக்களிடம் புலிக்கொடிகளையும் பிரபாகரனின் படத்தையும் விற்றுக் காசு சுருட்டித் தங்கள் சட்டைப்பைக்குள் போட்டுக்கொண்ட இவர்கள் தேசிய வீரர்கள். புகலிடத்தில் மக்களிடம் மிரட்டிப் பணம் சேர்த்த இவர்கள் விடுதலையின் தூதுவர்கள். கொடுமை. நான் அபாண்டமாகக் குற்றம் சொல்கிறேன் என்று தயவு செய்து நினைத்துவிடாதீர்கள். எல்லாவற்றையும் ஆதாரங்களோடுதான் சொல்கிறேன். அண்மையில் கூட புலம் பெயர்ந்த தமிழ் மக்களிடம் மிரட்டிப் பணம் பறித்தார்கள் என்று

குற்றஞ் சுமத்தப்பட்டு பிரான்ஸில் புலிகளின் பொறுப்பாளர் உட்பட இருபத்தொரு புலிகளுக்கு ஏழிலிருந்து இரண்டு வருடங்கள் வரையான சிறைத் தண்டனை விதிக்கப்பட்டிருக்கிறது.

முள்ளிவாய்க்கால் படுகொலைகளின் போது நிலைமை எவ்வாறிருந்தது? ஒருபுறம் இராணுத்தின் இடைவிடாத தாக்குதல், மறுபுறம் புலிகளின் துப்பாக்கிகள். புலம் பெயர்ந்த நாடுகளில் வீதிக்கு இறங்கிய மக்கள் அரசே மக்களைக் கொல்லாதே! புலிகளே மக்களை விடுவியுங்கள்! என்றுதான் கோரிக்கையை வைத்திருக்க வேண்டும். ஆனால் அவர்கள் ‘பிரபாகரன் எங்கள் தலைவர்’ என்று தான் தெருக்களில் கூச்சலிட்டார்கள். அவ்வாறுதான் மக்களைப் புலிகளின் அணிகள் வழிநடத்தின. குழியும் பறித்ததல்லாமல் குப்புறவும் தள்ளிய கதையாக அவர்கள் மக்களின் கையிலே பராக் ஒபாமாவின் படங்களைத் திணித்து ‘அமெரிக்காவே எங்களைக் காப்பாற்று’ என்று கூச்சலிட வைத்தார்கள். ஒபாமாவுக்குத் தொலைநகல்களை அனுப்புமாறு மக்களுக்கு அறிவுறுத்தினார்கள். அந்தக் காசை வன்னிக்கு அனுப்பியிருந்தால் கூட அகதிகள் ஒரு வாய்க் கஞ்சியாவது குடித்திருப்பார்கள்.

வீதிகளில் இறங்கிய மக்களுக்குத் தொடர்ந்து புலிகள் பொய் நம்பிக்கைகளை ஊட்டிக்கொண்டிருந்தார்கள். அந்தா அமெரிக்கா வருகிறது, இந்தா இங்கிலாந்து வருகிறது, லண்டனில் பட்டினிப் போராட்டம் நடத்தும் தம்பியோடு நேரே பேச பான் கி மூன் வரப்போகிறார் என்று உசுப்பேற்றிக்கொண்டிருந்தன புலிகளின் ஊடகங்கள். மிகவும் தவறான அரசியல் தெரிவுகள், தவறான ஊகங்கள் மூலம் மக்களைக் கண்ணைக்கட்டி அழைத்துச் சென்று கொண்டிருந்தார்கள் புலிகள். புலிகள் பொய் சொன்னால் மக்களுக்கு மதி எங்கே போனது என்று நீங்கள் கேட்கக் கூடும். ‘மக்கள் எப்போதுமே சரியாக இருப்பார்கள் என்று நாம் கருத வேண்டிய தில்லை’ என்பார் கிராம்ஷ்கி. ஈழப் போராட்டம் நமக்குக் கொடுத்த தெல்லாம் சுடுகாடான நிலத்தையும், அரசியல் கலாசாரமும் ஓர்மையும் அழிக்கப்பட்ட மக்களையுமே. ஈழத் தமிழர்களைப் பொறுத்தவரை இறுதி இருபத்தைந்து வருடங்களாக ஆயுத அரசியலைத் தவிர அவர்களுக்கு வேறு எந்தத் தெரிவையும் புலிகள் வழங்கவில்லை. கம்யூனிஸ்ட் அரசியல், தலித் அரசியல், தொழிற்சங்க அரசியல் போன்ற எல்லா முற்போக்கு அரசியலும்

புலிகளால் தடைசெய்யப்பட்டிருந்தன. அதைத்தான் ஏக பிரதிநிதித்துவ அரசியலென்று புலிகள் சொல்கிறார்கள். இல்லை இது பாஸிச அரசியலென்று நாங்கள் சொல்கிறோம். நமது மக்கள் குறுகிய தமிழ் இனவாத அரசியலிலிருந்து முதலில் விடுதலை அடைய வேண்டும். புலிகள் குறித்து அவர்கள் கொண்டிருந்த பிரமைகள் நந்திக் கடலிலும் முள்ளிவாய்க்காலில் உடைந்து நொறுங்கியது போலவே புலி அரசியலை முற்றாக ஈழத்திலும் புலம்பெயர்ந்து வாழும் ஈழத் தமிழர்களிடமும் அற்றுப்போகச் செய்ய வேண்டும். அந்த வெற்றிடத்திலிருந்து புதிய அரசியல் வழிமுறைகளை நாம் உருவாக்க வேண்டும். வெல்வதற்கு மட்டுமல்ல, நாம் இழப்பதற்கும் நிறைய இருக்கிறது என்ற பக்குவத்துடனும் முதிர்ச்சியுடனும் நாம் இனி ஈழப் பிரச்சினையை அணுக வேண்டும். நமது அரசியல் வழிமுறையும் போராட்டமும் இம்மியளவும் மனிதவுரிமைகளுக்கோ சனநாயக நெறிகளுக்கோ மாறுபடாதிருக்க வேண்டும் என்ற உறுதியை நமது மக்கள் ஏற்றுக்கொள்ள வேண்டும். விடுதலை மகத்தானது. அதைவிட ஆயிரம் மடங்கு மகத்துவமானது நமது சக மனிதனின் உயிர்!

தியாகு:

உங்கள் கருத்துக்களின் சாரம் இனக்கொலைக்கான பழியை விடுதலை இயக்கத்தின் மேல் சுமத்துவதாக உள்ளது. இனப் படுகொலையை நிகழ்த்திய பகைவனைக் குறை சொல்கிறீர்கள் என்றாலும், இறுதியாகப் பார்க்கும்போது அவனைக் காப்பாற்றவே செய்கிறீர்கள். அவனது குற்றத்தைக் குறைத்துக் காட்டுவதன் மூலமோ இரு தரப்புகளையும் சமப்படுத்துவதன் மூலமோ இதைச் செய்கிறீர்கள். நடந்து முடிந்த பேரழிவு ஈழ விடுதலைக்கான தேவையை மேலும் உறுதிப்படுத்தியே உள்ளது. தொடக்கத்தி லிருந்தே ஈழ விடுதலையை எதிர்த்து வந்த உங்களால் இப்போதும் அதை ஏற்க முடியவில்லை. அதேபோல ஈழ விடுதலைக்கு மாற்றான ஒரு குறிக்கோளையும் உங்களால் திட்டவட்டமாக முன்வைக்க இயலவில்லை. வல்லாதிக்க எதிர்ப்பு, இடதுசாரி திசைவழி, சனநாயக மறுமலர்ச்சி எல்லாமும் தேவைதான். ஆனால் இவற்றை ஈழ விடுதலைக் குறிக்கோளுக்கு மாற்றாக முன்னிறுத்துவதை ஏற்பதற்கில்லை. ஈழ விடுதலை என்ற அடிப்படையில் நின்றுதான் இவற்றுக்காகப் போராட இயலும். விடுதலை அரசியலில் சனநாயகத்தை வலியுறுத்துவது வேறு. சனநாயகத்தின் பெயரால்

தேசிய விடுதலையை எதிர்ப்பது வேறு. புலிகள் கண்ட வெற்றிகளில் இருந்து ஊக்கம் பெற்றதுபோலவே, அவர்கள் கண்ட தோல்விகளில் இருந்து பாடம் பெறுவதும் தேவையான ஒன்று. புலிகள் மீதான நேசம் இதற்குத் தடையாக வரக்கூடாது என்பது சரி. அதேபோல புலிகள் மீதான வெறுப்பு அவர்கள் உயிரை உரமாக்கி வளர்த்த விடுதலைக் குறிக்கோளை எதிர்க்கும் நிலைக்கு உங்களைத் தள்ளிவிடக் கூடாது. இது என் அன்பான வேண்டுகோள். எப்படியாயினும் இந்த உரையாடல்-விவாதம் எனக்குப் பயனுள்ளதாக இருந்தது. அதற்காக உங்களுக்கு நன்றி. இது உங்களுக்கும் பயன்பட்டிருக்கும் என நம்புகிறேன்.

ஷோபாசக்தி:
'தொடக்கத்திலிருந்தே ஈழ விடுதலையை எதிர்த்து வந்திருக்கிறீர்கள்' என்று நீங்கள் என்னைத் தீர்ப்பிடுவது நீதியற்றது தோழர். 'தமிழீழத் தாயகம்' என்ற உறுதியான முழக்கத்தோடுதான் நானும் எண்பதுகளில் அரசியல்வெளிக்கு வந்தேன். நான் ஈழ மக்களின் விடுதலையை அப்போதும் எதிர்த்ததில்லை, இப்போதும் எதிர்த்ததில்லை, எப்போதும் அதைச் செய்யப்போவதுமில்லை. 'புலிகளை நீங்கள் கடுமையாக எதிர்த்து வந்திருக்கிறீர்கள்' என்றவாறாக உங்கள் சொற்களை திருத்திக்கொள்ளவேண்டும் என்று கேட்டுக்கொள்கிறேன். அந்த எதிர்ப்பை நான் இனியும் கைவிடுவதாக இல்லை. என்னைப் பொறுத்தளவில் ஈழ மக்களின் விடுதலை என்பது வேறு, புலிகள் இயக்கத்தின் அரசியல் என்பது வேறு என்ற கருத்தில் உறுதியாயுள்ளேன். புலிகள் இயக்கத்தை எதிர்ப்பதென்பது ஈழ மக்களின் விடுதலையை எதிர்ப்பதாகப் பொருள்கொள்ளப் படுவது தவறு. அது ஈழ மக்களிற்கு இழைக்கப்படும் துரோகம். எங்களுக்கு இனவாத அரசிடமிருந்து மட்டுமல்ல பாசிசப் புலிகளிடமிருந்தும் விடுதலை தேவைப்பட்டது. 'ஈழ விடுதலை' என்ற சொல்லாடலிற்குப் பதிலாக 'ஈழ மக்களின் விடுதலை' என்ற சொல்லாடலை மிகவும் பிரக்ஞா பூர்வமாத்தான் நான் இங்கே பிரயோகிக்கிறேன்.

அரசின் இனப்படுகொலைக்கான பழியை நான் புலிகள் இயக்கத்தின் மீது சுமத்துவதாகச் சொன்னீர்கள். அதையும் என்னால் ஏற்றுக் கொள்ள முடியவில்லை. இந்த உரையாடலில் மட்டுமல்லாமல் வேறு இடங்களிலும் கூட நான் அப்படி ஒருபோதும் பேசியது

மில்லை, எழுதியதுமில்லை. அரசு செய்த கொலைகளுக்காக அல்லாமல் புலிகள் செய்த கொலைகளுக்காகவும் புலிகள் வகைதொகையின்றிச் செய்த அராஜகச் செயற்பாடுகளுக்காகவும் மட்டுமே நான் புலிகள் இயக்கத்தை எதிர்க்கிறேன். புலிகளின் படுகொலைகளை முன்வைத்து அரசை நியாயப்படுத்த முடியாது. அதேபோன்று அரசின் படுகொலைகளை முன்வைத்துப் புலிகளின் கொலைகளையும் அராஜகத்தையும் நியாயப்படுத்தவும் முடியாது. குறிப்பாக இதைத் தமிழகத்திலிருக்கும் புலிகளின் ஆதரவாளர்களிற்கு வலியுறுத்திச் சொல்ல விரும்புகிறேன்.

இலங்கை அரசை நான் காப்பாற்ற முயற்சி செய்கிறேன் என்று நீங்கள் சொல்வதெல்லாம் இரத்தப் பழிகளிலிருந்து புலிகளை காப்பாற்ற அல்லது நியாயப்படுத்த இயலாத அங்கலாய்ப்பிலிருந்து வரும் சொற்களே தவிர வேறல்ல. புலிகளின் தவறுகளை விமர்சிப்பது இலங்கை அரசிற்குச் சாதகமாய் அமையுமென்றால் அதற்கான பொறுப்பை தவறுகளைச் செய்த புலிகளே ஏற்றுக் கொள்ள வேண்டுமே தவிர தவறுகளைச் சுட்டிக் காட்டுபவர்கள் இதற்குப் பொறுப்பாக மாட்டார்கள். தனித் தமிழீழமே முடிந்த முடிவு என்றவாறாக நீங்கள் சொல்லுகிறீர்கள். வட்டுக்கோட்டைத் தீர்மானத்தையும் புலிகளின் அழிவுகர அரசியலையும் தங்கள் தோள்களில் ஏற்றிச் சுமக்கவேண்டிய கட்டாயம் ஈழ மக்களுக்குக் கிடையாது. ஒருபகுதி புலம் பெயர்ந்த தமிழர்களின் விருப்புகளிற் காகவோ அல்லது தமிழகத்துத் தமிழ்த் தேசியர்களின் விருப்புகளிற் காகவோ அரசியல் சூழலைச் சரிவர மதிப்பீடு செய்து செயற்திட்டங்களை வகுத்துக்கொள்ளாமல் ‘தமிழீழத் தனியரசு’ என்று முழங்கிக்கொண்டிருப்பதால் ஈழத் தமிழர்களுக்கு எந்த நலன்களும் கிட்டப்போவதில்லை. மாறாக அவர்களை அது மேலும் பேரழிவை நோக்கியே இட்டுச் செல்லும். இதை ஈழத்திலிருக்கும் மக்களும் இப்போது தெளிவாகவே உணர்ந்திருக்கிறார்கள். அரசியல் கோரிக்கைகள் பரந்துபட்ட மக்களின் நலனுக்கானவையே தவிர அரசியல் கோரிக்கைகளுக்காக மக்கள் கிடையாது. ஒன்றிணைந்த ஈழ மக்களின் ஆயுத வன்முறை அற்ற அரசியல் போராட்டங்கள், தீவின் மற்றைய ஒடுக்கப்படும் மக்களுடனான அய்க்கியம் போன்றவற்றின் ஊடாகவே இனி ஈழத் தமிழர்களின் அரசியல் முன்னெடுத்துச் செல்லப்பட வேண்டும்.

எத்தனை மாறுபட்ட கருத்துகள் இருந்தபோதும், நேரடியாக விமர்சனங்களை எதிர்கொள்ள நேரிடுகையிலும் ஆத்திரப்படாமல், குரலை உயர்த்தாமல் எதிர்தரப்பின் கருத்துகளைப் பொறுமையாகக் கேட்டும் நிதானம் தவறாமலும் உரையாடும் சீரிய பண்புள்ளவர்களை நான் மிக அரிதாகவே சந்தித்திருக்கிறேன். இந்த உரையாடலின் போது அத்தகைய சீரிய, முதிர்ந்த பண்பை உங்களிடம் நான் பார்க்கிறேன். உங்களிடமிருந்து நான் கற்றுக்கொள்ள வேண்டியவற்றில் முதன்மையானது இதுவே என்று நான் கருதுகிறேன். மிக்க நன்றி தோழர்!

எமது பிற வெளியீடுகள்

கம்போடியா
கானாபிரபா
விலை 125

பலி ஆடு
கருணாகரன்
கவிதைகள்
விலை 100

மரணத்தின் வாசனை
த.அகிலன்
சிறுகதைகள்
விலை 125

கரையைத் தேடும் கட்டுமரங்கள்
கே.எஸ்.பாலச்சந்திரன்
நாவல்
விலை 200

அபராதி
பஹீமா ஜஹான்
கவிதைகள்
விலை 50

வடலி

வடலி வெளியீடு
தொலைபேசி: 91-4354 0358
மின்னஞ்சல்: sales@vadaly.com